ഉഷ

(STORIES)
USHA

by

Neethu U.V.

First Edition	: May 2025
Prepress Work	: Book Nest Publishing
Press Work	: Repro India Ltd
Distribution Partner	: Repro India Ltd
Cover Design	: Sujith R.S.
Published by	: Book Nest Publishing
Phone	: +91 94966 49547 | +91 96561 61635
Email	: booknestpub@gmail.com
ISBN	: 978-93-49488-16-8

For permissions and inquiries, contact:
Book Nest Publishing
Phone : +91 97785 80700
Email : booknestpub@gmail.com

ISBN 9789349488168

9 789349 488168

Price : ₹ 160.00

ഉഷ

നീതു യു.വി.

ബുക്ക് നെസ്റ്റ്
പബ്ലിഷിംഗ്
തിരുവനന്തപുരം

നീതു യു.വി.

തിരുവനന്തപുരം വെങ്ങാനൂർ സ്വദേശി. ഒന്നാംവർഷ ബിഎഡ്. വിദ്യാർത്ഥിനി (ഗവൺമെന്റ് കോളേജ് ഓഫ് ടീച്ചർ എഡ്യൂക്കേഷൻ തിരുവനന്തപുരം). ബദൽഹേം പ്രൈമറി സ്കൂൾ, ഗവൺമെന്റ് എൽ.പി.എസ്. മുട്ടയ്ക്കാട്, ഗവൺമെന്റ് എൽ.പി.എസ്. മുടിപ്പുരനട എന്നിവിടങ്ങളിൽ പ്രൈമറി വിദ്യാഭ്യാസം. വെങ്ങാനൂർ ഗേൾസ് ഹയർസെക്കന്ററി സ്കൂളിൽ ഹൈസ്കൂൾ, ഹയർസെക്കന്ററി പഠനം. തിരുവനന്തപുരം ഐ.സി.എ. ഐ. ചാപ്റ്ററിൽ സി.എ. ഫൗണ്ടേഷൻ, ഇന്റർമിഡിയറ്റ്. കേരള സർവകലാശാല കാര്യവട്ടം ക്യാമ്പസിൽ നിന്നും എം.കോം. വിദ്യാഭ്യാസം.

പ്രസിദ്ധീകരിച്ച കൃതികൾ

- ചാന്ദ്രതീരം (നോവൽ),
- ഗരളാംഗന (നോവൽ),
- വിഫലമീയാത്ര (കവിതാസമാഹാരം),
- ഉഷ (കഥാസമാഹം),
- Beyond Marks and Mistakes: The Classroom of Life
- Jaakko Hintikka: Revolutionizing the Philosophy of Knowledge
- Economic Disparity and Gender Equality
- (Published in Akshara Kairali Magazine – Kerala Department of Culture) Volume 11,
- Innovate to Elevate: The Entrepreneur's Guide to Thinking Beyond Limits (Kindle)
- The heart of teaching: lessons that last a lifetime (Kindle)
- Jaakko Hintikka: Revolutionizing The Philosophy of Knowledge

പിതാവ്	: വിജയൻ എസ്.
മാതാവ്	: ഉഷ എസ്.
സഹോദരി	: നിഷ യു.വി. (ജി.വി.എച്ച്.എസ്.എസ്. കൽപകഞ്ചേരി മലപ്പുറം)
സഹോദരി ഭർത്താവ്	: സജിത്ത് രാജ് ജെ.സി. (ജി.എം.എൽ.പി.എസ്. വളവന്നൂർ മലപ്പുറം)
സഹോദരി പുത്രൻ	: നിരഞ്ജിത്ത് എസ്.എൻ.
വിലാസം	: ഉഷഭവൻ, വാറുവിള, വെങ്ങാനൂർ പി. ഒ. തിരുവനന്തപുരം - 695523
ഫോൺ	: 9656161635
മെയിൽ ഐ.ഡി.	: neethuuv2000@gmail.co

പ്രസാധകക്കുറിപ്പ്

അക്ഷരങ്ങളെ സർഗ്ഗഗാത്മകതയുടെ യാഗാഗ്നിയിൽ സ്ഫുടം ചെയ്തുണർത്തിയ സൃഷ്ടികൾക്ക് അത്യപൂർവമായൊരു പരിവേഷം കൈവരും. അനുഭവത്തിന്റെ ഊഷരതയും ഓർമകളുടെ ഗൃഹാതുരതയും ചിന്തയുടെ ഉണർവ്വും കഥാകായത്തിൽ സന്നിവേശമായിരിക്കും. ഇത്തരത്തിൽ ഓരോ വായനയിലും അനുവാചകരിലേയ്ക്ക് ഹൃദ്യമായൊരു അനുഭൂതി വച്ചുനീട്ടുന്ന അപൂർവങ്ങളായ കഥകളാണ് നീതു യു.വി.യുടെ "ഉഷ" എന്ന കഥാസമാഹാരത്തിൽ ഉൾച്ചേർത്തിരിക്കുന്നത്. വായനക്കാർ ഹൃദയപൂർവ്വം സ്വീകരിക്കുമെന്ന ഉറപ്പോടെ "ഉഷ" ഞങ്ങൾ സമർപ്പിക്കുന്നു.

ബുക്ക് നെസ്റ്റ് പബ്ലിഷിംഗ്

സമർപ്പണം

ബേബി അമ്മച്ചിക്ക്

എന്റെ പിള്ളയുടെ പുസ്തകത്തിന്,

എന്റെ പേരിൽ അവളൊരു പുസ്തകം പ്രസിദ്ധീകരിക്കുകയാണെന്ന് പറഞ്ഞപ്പോൾ ഞാൻ ആദ്യമൊന്ന് ഭയന്നു. ഇടയ്ക്ക് അവൾ എന്നെ ഭീഷണിപ്പെടുത്താറുണ്ട്: "ഈ പറേണതൊക്കെ ഞാൻ കത എഴുതും. അതോണ്ട് സൂക്ഷിച്ച് വേണം എന്നോട് വല്ലോം പറയാൻ." ഞാൻ എങ്ങനെ ഭയക്കാതിരിക്കും? അതും എന്റെ പേരിൽ ഒരു പുസ്തകം പ്രസിദ്ധീകരിക്കുകയാണെന്ന് കൂടി മൊഴിയുമ്പോൾ? ഞാൻ സംഗതി ഉറപ്പിച്ചു. അവളുടെ തന്നിഷ്ടത്തിന് എതിര് നിൽക്കുന്നതുകൊണ്ട് എനിക്കൊരു മുട്ടൻപണിയുമായിട്ടാകും അവളുടെ 'ഉഷ' പുറത്തിറങ്ങുന്നത്. പോരാത്തതിന് അത് ഞാൻ തന്നെ പ്രകാശനം ചെയ്യണമെന്നും അവൾ താക്കീത് ചെയ്തിരിക്കുന്നു. അപ്പൊ പിന്നെ ഊഹിക്കാമല്ലോ, എന്നെ ഭീഷണിപ്പെടുത്തി അവളുടെ വരുതിയിൽ കൊണ്ടുവരാനുള്ള സോപ്പിടൽ തന്നെയാകും ഉഷ. അങ്ങനെയാകുമ്പോൾ ഇനിമേലിൽ എനിക്കവളെ വിരട്ടാൻ കഴിയൊ? വിരട്ടിയാൽ, ഇടയ്ക്കിടെ കഥച്ചട്ടിയിൽ ഇട്ടെനെ വറുത്തുകോരില്ലേ അവൾ?

ആവേശത്തോടെയാണ് ഞാൻ അവളുടെ 'ഉഷ' വായിക്കുന്നത്. സത്യം പറഞ്ഞാൽ വായിച്ചിട്ട് എന്റെ കണ്ണ് നിറഞ്ഞുപോയി. അവളെന്നെ ഇത്രയുമൊക്കെ നിരീക്ഷിക്കുന്നുണ്ടെന്ന് സത്യത്തിൽ ഞാൻ കരുതിയതേയില്ല. അവൾ എന്നെ കുറച്ചൊക്കെ മനസ്സിലാക്കിയിരിക്കുന്നു. ഒരു അമ്മ എന്ന നിലയിൽ എനിക്ക് വലിയ സന്തോഷം തോന്നുന്നു. അതിൽ കൂടുതലൊന്നും എനിക്ക് പറയാൻ അറിഞ്ഞൂടാ. ഇനിമേലിൽ സൂക്ഷിച്ച് വേണം അവളോട് ഇടപെടാൻ എന്നൊരു താക്കീത് കൂടി ഞാൻ പുസ്തകത്തിൽ നിന്ന് വായിച്ചെടുക്കുന്നുണ്ട്. സൂക്ഷിച്ചില്ലേൽ അവൾ ഇനിയുമെന്നെ കതയിടും. ചിലപ്പോൾ ഞാൻ അവളിൽ അഭിമാനംപൂണ്ട് കരഞ്ഞുപോകും. എന്തായാലും അവളുടെ എഴുത്തൊക്കെ നന്നാവുന്നുണ്ട്. മനുഷ്യർക്ക് മനസ്സിലാകുന്ന ഭാഷയിലെഴുതാൻ മുമ്പ് ഞാൻ അവളോട് പറയുമായിരുന്നു.

ഇപ്പോളെനിക്ക് അവൾ എഴുതുന്നതൊക്കെ മനസ്സിലാവുന്നുണ്ട്. നിങ്ങൾക്കും അത് മനസ്സിലാകുമെന്ന പ്രതീക്ഷ എനിക്കുണ്ട്. എങ്കിലും ഞാൻ നിങ്ങളെ നിർബന്ധിക്കില്ല. നിങ്ങൾക്ക് ഇഷ്ടപ്പെട്ടാൽ മാത്രം നിങ്ങൾ അവളെ വായിച്ചാൽ മതി. വായിച്ചാൽ ചിലപ്പോൾ അവള് നിങ്ങളുടെ മനസ്സിൽ നിന്നും പിടുത്തം വിട്ടില്ലെന്നും വരാം. ഇത്രേയുമൊക്കെയാണ് അവളുടെ "ഉഷ"യെപ്പറ്റി എനിക്ക് പറയാനുള്ളത്.

നിങ്ങളും ഒന്ന് കരുതിയിരിക്കണം എന്ന് മാത്രം പറഞ്ഞുകൊണ്ട് ഞാൻ നിർത്തുന്നു.

എന്ന് അവളുടെ അമ്മ

ഉഷ

എന്റെ ഉഷസ്സ്

"ഉഷ"യിൽ നിറച്ചും ഞാൻ കണ്ട ജീവിതങ്ങളാണ്. കഥയ്ക്ക് വേണ്ടി എഴുതിയ ഒന്നുമില്ല ഇതിൽ. അതുകൊണ്ടുതന്നെയാണ് എന്റെ കൺമുമ്പിലെ ജീവിതാനുഭവങ്ങളുടെ കയറ്റിറക്കങ്ങൾ ഏറ്റവുമധികമറിഞ്ഞ എന്റെ അമ്മയുടെ പേരിൽ തന്നെ ഇത്തരമൊരു പുസ്തകം ഇറങ്ങണമെന്ന് ഞാൻ ആഗ്രഹിച്ചതും.

വാക്ക് കൊണ്ട് ആരെയും മുറിപ്പെടുത്തരുതെന്ന് പഠിപ്പിച്ച അമ്മയും സ്വപ്നങ്ങൾക്ക് ചിറക് നെയ്ത്ത് ധീരയാക്കിയ അച്ഛനും ഏതിരുട്ടിലും ഒപ്പം നിൽക്കുന്ന ചേച്ചിയുമാണ് എന്നിൽ കവിത്വവും ഒപ്പം മനുഷ്യത്വവും നിറച്ചത്.

ദീർഘമായ ആമുഖത്തിന്റെ അസ്വാരസ്യങ്ങൾ ഇല്ലാതെ, എന്റെ "ഉഷ"യിലെ പതിനേഴ് ജീവിതങ്ങളെയും പൂർണ്ണമായും വായനക്കാരുടെ മനോവ്യാപരത്തിനുവിടുന്നു.

കഥാപൂർവ്വം

നീതു യു.വി.

കഥാവാതിൽ

ഉഷ

ആ ചെറിയ മതിലിന്റ മുകളിലൂടെ എന്റെ തലവെട്ടം കണ്ട പ്പോൾ തന്നെ രാജനപ്പൂപ്പൻ രാധമ്മൂമ്മയോട് എന്റെ വരവ് വിളംബരപ്പെടുത്തിക്കൊണ്ട് പറഞ്ഞു:

"ആരിത്...നമ്മുടെ കൊച്ചു കാഥികയോ! കണ്ടിട്ട് കുറച്ചായല്ലോ... വാ വാ കേറി വാ."

ഞാൻ പല്ല് പുറത്തുകാട്ടി ചിരിച്ചുകൊണ്ട് ഗേറ്റ് തുറന്ന് അകത്തുകയറി. അമ്മൂമ്മ ജനലിൽക്കൂടി കണ്ണുചുളിച്ച് മുറ്റത്തുനിൽക്കുന്ന എന്നെ നോക്കി. കേൾവിയും കാഴ്ചയും പിന്നിലാണെങ്കിലും അപ്പൂപ്പന്റെ ഉച്ചത്തിലുള്ള വിശദീ കരണം പകുതിയിൽ വച്ച് മുറിച്ചുകൊണ്ട് അമ്മൂമ്മ ഇടപെട്ട് പറഞ്ഞു:

"ആര്, നമ്മടെ ഉഷേടെ മോളോ?"

എന്നിട്ട് അപ്പൂപ്പന്റെ നേരെ നോക്കി കനപ്പിച്ച്:

"അതിന് നിങ്ങള് വിളിച്ചു കൂവണത് എന്തിന്? പയ്യെ പറഞ്ഞാ മതി. ഞാൻ പൊട്ടിയൊന്നുമല്ല കേക്കാതിരിക്കാൻ"

ആ പറഞ്ഞത് നേരായിരുന്നു. പ്രായം എൺപത് പിന്നിട്ട് എഴു ന്നേൽക്കാൻ വയ്യാതെ കിടക്കയിലാണെങ്കിലും പാമ്പിന്റെ ചെവിയും പരുന്തിന്റെ കണ്ണും ശ്വാനന്റെ മൂക്കുമൊക്കെയാണ് അമ്മൂമ്മയ്ക്ക്. പക്ഷേ, ഇതൊക്കെ ഉഷേപ്പറ്റി പറയുമ്പോഴും ഉഷേ കാണുമ്പോഴും മാത്രമാണ്. അല്ലാത്തപ്പോൾ രാധമ്മൂമ്മ തന്നെ സമ്മതിക്കും:

"എന്താന്നറിയില്ല, കാതും കണ്ണുമൊക്കെ കുറച്ചീസായിട്ട് പണി മുടക്കിലാണ്."

അല്ലാതെ വലിയ പ്രായമൊന്നും തനിക്കായിട്ടില്ലെന്ന് എല്ലാ വൃദ്ധ യുവാക്കളെയും പോലെ അവരും വീരംപറയും. ഞാൻ അമ്മ പൊതിഞ്ഞു

തന്നയച്ച ചോറും മീൻകറിയും മരച്ചീനിയും മേശപ്പുറത്തുവച്ചു. എന്നിട്ട് എന്റെ കൈയിലിരുന്ന പുസ്തകം നീട്ടിക്കൊണ്ട് പറഞ്ഞു:

"ഇതാ അപ്പൂപ്പൻ തിരക്കിയ പുസ്തകം."

ഞാൻ എഴുതിയ കവിതാസമാഹാരം അപ്പൂപ്പന് നേരെ നീട്ടി. അതിനുമുന്നിലെ പേര് വായിച്ച് പൊട്ടിച്ചിരിച്ചു.

"രാധേ...നീയിത് കണ്ടോ? വിഫലമീയാത്ര"

ആ പൊട്ടിച്ചിരി സാവധാനം പതുക്കൻ കാറിച്ചയായി മാറി. ഒടുവിൽ കണ്ണുകൾ നിറഞ്ഞു. മുഖം വാടി. എന്റെ തോളിൽ കൈതട്ടി സ്വകാര്യം കണക്കെ പതറിയ സ്വരത്തിൽ പറഞ്ഞു:

"ന്റെ കൊച്ചനെ... നമ്മളും ഇപ്പൊഴാ മനസ്സിലാക്കണെ. ഈ ജീവിതോക്കെ വിഫലമാണെന്ന്."

രാജനപ്പൂപ്പൻ ഇടതുവശത്തെ തുറന്നിട്ട ജനലഴിയിലൂടെ മതിലിനോട് തൊട്ടുചേർന്നിരിക്കുന്ന വീട്ടിലേയ്ക്ക് എത്തിനോക്കി. പതിവുപോലെ അത് പൂട്ടിയിട്ടിരിക്കുകയാണ്. കണ്ണുനിറഞ്ഞുകളയാതിരിക്കാൻ ശ്രദ്ധിച്ചുകൊണ്ട് ഉച്ചത്തിൽ സംസാരിച്ച് അകത്തുകയറി.

"എടീ രാധേ... അല്ലേലും നീയൊന്ന് ആലോചിച്ചു നോക്കിയേ. തൊട്ടടുത്തുകിടക്കുന്ന മക്കക്ക് നമ്മളെ വേണ്ടാത്തോണ്ട് ചാവുമ്പോ ഇത്തിരി വെള്ളം നനച്ചുതരാൻ ഈശ്വരനായിട്ട് ഉഷയെ നമ്മുടെ മുമ്പിൽ കൊണ്ടെത്തിച്ചതാണ്."

അമ്മയുടെ പേര് കേട്ടപ്പോൾ തന്നെ

"എവിടെ ഉഷ വന്നോ?"

എന്നു ചോദിച്ച് അമ്മൂമ്മ കിടക്കയിൽ നിന്ന് ജനലിലൂടെ പുറത്തേയ്ക്ക് എത്തിനോക്കാൻ ശ്രമിച്ചു.

"അല്ലേലും ഞാൻ ഇതാരോടാ പറയണേ"

എന്ന് മുഴക്കത്തിൽ പറഞ്ഞ് അപ്പൂപ്പൻ എന്റടുത്ത് വന്നു.

"വയസ്സായോണ്ടാവും മക്കക്കൊന്നും നമ്മളെ വേണ്ട നീതുക്കൊച്ചേ. കൊച്ചുമക്കളെ കാണാനൊക്കെ വലിയ ആശയാ. എനിക്കീ വയ്യാത്തവളെയും എടുത്തോണ്ട് എവിടാന്നുവച്ചാ കൊണ്ടുകാണിക്കാൻ പറ്റും? പാവം. രാധ ഒന്നെണീറ്റ് നടക്കുവായിരുന്നേൽ എവിടെയെങ്കിലുമൊക്കെ പോകാമായിരുന്നു. ഉഷ വന്നേനു ശേഷാണ് ജീവിക്കണോന്ന ആശയൊക്കെ പൊന്തിവന്നത്. പറഞ്ഞിട്ടെന്താ? തൊട്ടടുത്തുകിടക്കണ മക്കളുടെ കൈയിൽ

നിന്ന് ഒരുപിടി ആഹാരം തിന്നാനുള്ള ഭാഗ്യം നമുക്കുണ്ടാകില്ല. അതൊക്കെയല്ലേ പരമമായ സന്തോഷവും സുഖവും? ചിലപ്പോ നമ്മളൊക്കെ പഴേതായോണ്ടാവും അതൊന്നും നമുക്ക് മനസ്സിലാവാത്തത്."

അപ്പൂപ്പൻ ഇത്രയും പറഞ്ഞ് മുഖം താഴ്ത്തി ചൂരൽകസേരയിൽ വന്നിരുന്നു. അപ്പോഴും ആ മുഖത്ത് അസ്തമിക്കാത്ത പ്രതീക്ഷയുടെ നീലഞരമ്പുകൾ കാണാമായിരുന്നു.

തങ്ങളെ വേണ്ടെന്ന് മക്കൾ നൂറാവർത്തി പറഞ്ഞിട്ടും അവരോടുള്ള സ്നേഹവിപ്ലവം ഉപേക്ഷിക്കാനുള്ള ചങ്കുറപ്പ് ചത്താലും തങ്ങൾക്ക് ഉണ്ടാകില്ലെന്ന് അപ്പൂപ്പൻ ഇടയ്ക്കിടെ സങ്കടപ്പെടാറുണ്ട്.

ഇങ്ങനെയൊക്കെയാണെങ്കിലും മാസംതോറും കിട്ടുന്ന പെൻഷൻ തുകയിൽ മക്കൾ അവകാശം പറയാറുണ്ട്. അമ്മയ്ക്ക് വേണ്ടി ജോലിക്കാരി ഉണ്ടാക്കുന്ന ഭക്ഷണം സുഖമായിരുന്ന് അവർ തിന്നുതീർക്കുന്നുമുണ്ട്. മുകളിലത്തെ നിലയിലെ വാടകത്തുക നാണമില്ലാതെ കണക്ക് പറഞ്ഞു വാങ്ങുന്നു. എന്നാൽ അപ്പനെയും അമ്മയെയും നോക്കാനോ, രണ്ട് വാക്ക് സംസാരിക്കാനോ, ഒന്നിച്ചിരുന്ന് ആഹാരം കഴിക്കാനോ മക്കൾക്ക് വലിയ ബുദ്ധിമുട്ടാണ്. മതിലിനോട് തൊട്ടുചേർന്ന് മൂത്തമകൾ കുടുംബത്തോടൊപ്പം താമസിക്കുന്നത് ഇവരുടെ വിയർപ്പുകൊണ്ട് പണികഴിപ്പിച്ചെടുത്ത വീട്ടിലാണ്. ഇതൊക്കെ ആദ്യം എന്നെ ഞെട്ടിച്ചിരുന്നു എന്നുമാത്രമല്ല, ഇവർ തമ്മിലുള്ള സൗന്ദര്യപ്രശ്നം രമ്യമായി പരിഹരിക്കാൻ ഞാൻ നടത്തിയ വീരസാഹസികയത്നം എട്ടുനിലയിൽ പൊട്ടിയതിന്റെ രോഷം ഇതുവരെയും മാറിയിട്ടുമില്ല.

ഞാൻ രാധമ്മൂമ്മയുടെ അരികിൽ ചെന്ന്, പോയിട്ട് വരട്ടെ എന്ന് ചിരിച്ചുകൊണ്ട് ചോദിച്ചു. ഞാൻ എന്തോ പറഞ്ഞെന്നു മനസ്സിലാക്കി അവർ എന്റെ കൈത്തടം തഴുകി. നെറുകിൽ ഒരുമ്മ കൊടുത്ത് ഞാൻ ഉമ്മറത്തേയ്ക്ക് വന്നു.

വിഫലമീയാത്ര കൈയിൽ പിടിച്ച് ചാരുകസേരയിൽ ഇരുന്ന് മൂളിമൂളി വായിക്കുന്ന ആ മനുഷ്യന്റെ മുന്നിലൂടെ ഞാൻ നടന്ന് പുറത്തേയ്ക്കിറങ്ങി. ഇവരുടെയൊക്കെ സ്നേഹം അനുഭവിക്കാൻ കാരണക്കാരായ നല്ലവരായ മക്കളെ മനസ്സിൽ ദയനീയതയോടെ ഓർത്തുകൊണ്ട് ഞാൻ എന്റെ വീട്ടിലേയ്ക്ക് നടന്നു.

പതപ്പ്

"അവർ എന്നെ കൊല്ലാൻ പോവുകയാണ്. എന്തിനാണെന്ന് എനിക്കറിഞ്ഞുകൂടാ."

കറുത്ത ഇരുമ്പഴിയിലൂടെ ഇരുട്ടുപൂട്ടിയ നടപ്പാതയിൽ വ്യർത്ഥമായി നോക്കികൊണ്ട് ആ പതിനാലുകാരൻ ഗദ്ഗദപ്പെട്ടുപറഞ്ഞു. സെൽമേറ്റുകളെല്ലാം അവന്റെ കഥ അപൂർണ്ണമായി പൂരിപ്പിച്ചെടുത്തു. വാടിക്കരിഞ്ഞ മുഖങ്ങൾ പരസ്പരം കൊരുത്തു. നിരാശ കണ്ണുനീരായി ഒഴുകി.

"നീ ജോർജ്ജിന്റെ മകനല്ലേ?"

കറുത്ത തുണി കൊണ്ട് കണ്ണുകൾ മൂടപ്പെട്ട് ചങ്ങലയ്ക്കിട്ടിരുന്ന ഒരു വെളുത്തുനീണ്ട മനുഷ്യൻ ചോദിച്ചു.

"അതേ"

ഏങ്ങലടികളിൽ മുങ്ങി അവന്റെ ഉത്തരം അശക്തമായി കേട്ടു.

"ചാവാൻ പോകുന്നതിന് കരയുന്നതെന്തിന്? കണ്ണ് തുടയ്ക്ക്. നീയെത്ര ഭാഗ്യവാനാണ് മോനേ! ഞാനെത്ര വട്ടം ചത്തതെന്നോ! എന്നിട്ടും പിന്നെയും പിന്നെയും എന്നെ അറുത്തുമുറിച്ചുകൊല്ലുന്നു. നിനക്ക് സ്വസ്ഥമായി മരിച്ചു പോകാമല്ലോ!"

വെളുത്ത മനുഷ്യൻ അസ്വസ്ഥതയോടെ തുടർന്നു:"കുറ്റം നിഷേധിച്ചാൽ, നിന്നെ അവര് ഇനിയും ഉപദ്രവിക്കും."

ജയിലധികാരി വന്ന് സെൽ തുറന്നു. വെളുത്ത മനുഷ്യൻ നിശ്ശബ്ദനായി. ഭയംനിറച്ച കണ്ണുകളുമായി നിൽക്കുന്ന പതിനാലുകാരനെ അയാൾ കൂട്ടിക്കൊണ്ടുപോയി.

വിചാരണക്കോടതി അവനെ പ്രതിസ്ഥാനത്തു നിർത്തി.

"നിനക്കെന്തെങ്കിലും ബോധിപ്പിക്കാനുണ്ടോ?"

ജഡ്ജിയെ നോക്കിക്കൊണ്ടു നിന്നതല്ലാതെ അവൻ ഒന്നും മിണ്ടിയില്ല. പ്രതിഭാഗം വക്കീൽ കസേരയിൽ നിന്ന് അനങ്ങാതിരുന്നു.

കോടതി വിധിച്ചു:

"മേരി, ബെറ്റി എന്നീ രണ്ട് പെൺകുട്ടികളെ പീഡിപ്പിച്ച് തലയ്ക്കടിച്ചു കൊന്ന സ്റ്റിണ്ണിയെ വധശിക്ഷയ്ക്ക് വിധിച്ചിരിക്കുന്നു."

അവൻ പ്രതിക്കൂട്ടിൽ നിർവികാരനായി നിന്നു. താൻ കൊലപ്പെടുത്താൻ ഉപയോഗിച്ചെന്നു പറയുന്ന ഇരുമ്പ് ദണ്ഡിലേയ്ക്ക് നോക്കി. അത് ഉയർത്താനുള്ള ആവത് തനിക്കുണ്ടോ എന്ന് ആവലാതിപ്പെട്ടു. തന്റെ അവസ്ഥയിൽ മനംനൊന്ത് ആത്മഹത്യ ചെയ്ത അച്ഛനും അമ്മയും അനുജത്തിയും കൺമുന്നിൽ വന്നുനിറഞ്ഞു. സെല്ലിലെ വെളുത്ത മനുഷ്യനെയും ഓർത്തു. ജെയ്സൻ. ബെറ്റിയുടെയും മേരിയുടെയും അച്ഛൻ. അദ്ദേഹത്തിന്റെ മക്കളെ കൊല്ലാൻ ഒരു പതിനാല്ലുകാരന് കഴിയില്ലെന്ന് പോലീസിനോട് പറഞ്ഞ അപരാധത്തിന് ശിക്ഷ അനുഭവിക്കുന്നു. അവന്റെ കണ്ണിൽ ഇരുട്ട് മൂടി.

വധശിക്ഷാദിവസം ഇലക്ട്രിക് കസേരയിൽ അവനെ ഇരുത്തി. ഉയരം പാകമാകാൻ വേദപുസ്തകം താങ്ങാക്കി. അവന്റെ കണ്ണുകൾ പൊട്ടിയൊഴുകി. ചുറ്റിലും ഇരുന്ന് കാഴ്ച കാണുന്നവരുടെ ഹൃദയം അലിഞ്ഞില്ല. വൈദ്യുതി അവന്റെ കുഞ്ഞ് ശരീരത്തിലൂടെ കടന്നുപോയി. ഒടുവിൽ അവന്റെ പതപ്പ് നിലച്ചു.

സെല്ലുകൾക്കുള്ളിൽ നിന്നും ഭ്രാന്തമായ അലർച്ചകൾ ഉയർന്നു. വെളുത്ത മനുഷ്യൻ തന്നെ കൊന്നുകളയാൻ ആത്മരോഷത്തോടെ നിലവിളിക്കുന്നത് ചുവരുകൾ രഹസ്യമാക്കിവച്ചു.

പിറ്റേന്നും പതിവുപോലെ സൂര്യൻ കലഹം പറയാതെ പണിയെടുത്തു.

ഒരു എഴുത്തുകാരിയുടെ പുനർജ്ജന്മം

നൂറുവർഷങ്ങൾക്കിപ്പുറം ഇന്നാണ് ഞാൻ അക്ഷരമോചിതയാവുന്നത്. പതിനാലു വയസ്സുകാരിയായ ഒരു പെൺകുട്ടിയുടെ നക്ഷത്രക്കണ്ണുകളിൽ ഞാൻ എന്നെത്തന്നെ തിരഞ്ഞുകൊണ്ട് ചില്ലലമാരയ്ക്കുള്ളിൽ ജിജ്ഞാസാപൂർവ്വം ഇരിക്കുമ്പോഴാണ് അവൾ എന്നെ സ്പർശിച്ചുണർത്തുന്നത്. ചിതൽ പൊതിഞ്ഞ എന്നിലെ നൂറ്റാണ്ടിന്റെ പഴക്കം അവളെ അരോചകപ്പെടുത്തുമോ എന്ന് ഞാൻ ഭയപ്പെടുന്നു.

"എനിക്ക് നിന്നോട് പറയാൻ പൊള്ളുന്ന കഥകൾ ഒരുപാടുണ്ട്. അത് കേൾക്കാനുള്ള ക്ഷമ നിനക്കുണ്ടാകുമോ?"

എന്റെ ആകാംക്ഷ ഇരട്ടിയായി. അവൾ എന്നെ പുസ്തകത്തട്ടിൽ നിന്നും എടുത്ത് ഭൂമിയിലെ വെളിച്ചത്തിനുനേരെ പിടിച്ചു. ഒരു മനുഷ്യസ്ത്രീയായി ജീവിച്ചിരുന്നപ്പോൾ തോന്നാത്ത ആവേശം എന്നെ പുനർജ്ജനിപ്പിച്ചു. മുന്നിലിരുന്ന ഗ്രന്ഥശാലാധികാരി എന്റെ പുറത്ത് മുദ്രകുത്തി അവളുടെ കൈയിലേൽപ്പിക്കുമ്പോൾ, ആത്മഹത്യയ്ക്ക് തൊട്ടുമുമ്പുള്ള 32 വർഷത്തെ ലൗകികജീവിതം ഒരു കിതപ്പോടെ ഓർമ്മയിൽ അക്രമാസക്തി മുഴക്കി. ഞാൻ ആ പെൺകുട്ടിക്കൊപ്പം എന്നെത്തേടി യാത്രയാരംഭിച്ചു.

അർദ്ധരാത്രിയിൽ അവൾ ഞെട്ടിയുണരുമ്പോൾ വിരൽകൊണ്ട് മടക്കിവച്ചിരുന്നത് എന്റെ അച്ഛന്റെ മരണത്തെ തുടർന്ന് എന്നിലുണ്ടായ മാനസികവ്യഥകൾ അടയാളപ്പെടുത്തുന്ന താളുകളിലാണ്. ഏതോ ദുഃസ്വപ്നം അവളെ ഭയപ്പെടുത്തിയതാകണം. കിടക്കയിൽ നിന്നും എഴുന്നേറ്റ് വെള്ളം കുടിച്ച് വിയർപ്പ് തുവർത്തിക്കളയുമ്പോൾ അവൾ എന്റെ പുറംതാളിലൂടെ കൈകൾ മൃദുവായി തഴുകി. ഇത്തരത്തിലൊരു സ്നേഹപ്രകടനം മരണാനന്തരജീവിതത്തിലാണ് ഞാൻ ആദ്യമായി അനുഭവിക്കുന്നത്. എനിക്ക്

അവളോട് വൈകാരികമായ ഒരു ആത്മബന്ധം തോന്നി. പുറംചട്ടയിലെ എന്റെ മുഖം നോക്കി അവൾ ആവർത്തിച്ച് ചുംബിച്ചു. ഇത്തവണ ഞാൻ അവളായി മാറി. ആ പെൺകുട്ടി എന്നോട് സംസാരിക്കാൻ തുടങ്ങി.

"പ്രിയപ്പെട്ട ബെറ്റി..." അവളുടെ കണ്ണുകൾ നിറഞ്ഞിരുന്നു.

"എന്റെ അച്ഛൻ മരിക്കുമ്പോൾ എനിക്ക് എട്ട് വയസ്സായിരുന്നു പ്രായം." അവൾ എന്നെ വായിക്കുന്നതുപോലെയാണ് സംസാരിച്ചത്.

"എനിക്കും." ഞാൻ പ്രതിവചിച്ചു.

"അമ്മ അച്ഛന്റെ വെറും ജോലിക്കാരി മാത്രമായിരുന്നു. വാരാന്ത്യത്തിലാണ് അച്ഛൻ വീട്ടിൽ വരിക പതിവ്. ബാക്കി ദിവസങ്ങളിൽ ഏതോ ഒരു കൂട്ടുകാരിക്കൊപ്പമാണ് താമസം. ജോലിസംബന്ധമായി മാറിതാമസിക്കുന്നു എന്നാണ് ആദ്യം അമ്മയോട് പറഞ്ഞിരുന്നത്. അനിയനെയും എന്നെയും അച്ഛന് ഇഷ്ടമില്ലെന്ന് പറഞ്ഞിട്ടുണ്ടെങ്കിലും അതൊന്നും ഞാൻ വിശ്വസിച്ചിരുന്നില്ല. രണ്ട് വർഷം മുമ്പ് അമ്മയും അനിയനും മരിച്ചപ്പോൾ ഞാൻ തീർത്തും ഒറ്റയ്ക്കായി."

അവളുടെ കണ്ണുകൾ നിറഞ്ഞൊഴുകിയത് എന്നെ മുറിപ്പെടുത്തി. ഒന്നരനൂറ്റാണ്ടിന് മുമ്പ് ഞാനും എന്റെ അമ്മയും കടന്നുപോയ സമ്മർദ്ദങ്ങളിൽനിന്നും എന്തുവ്യത്യാസമാണ് ഈ കുട്ടിയുടെ ജീവിതാവസ്ഥയിലെന്ന് ഞാൻ അമ്പരന്നു.

"പ്രിയപ്പെട്ട ബെറ്റീ... നീ എന്തുകൊണ്ട് ആത്മഹത്യ ചെയ്തു?"

അവൾ ചോദ്യശരമെറിയുമ്പോൾ ഒരു കൊലയാളിയുടെ പിടിക്കപ്പെട്ടുമോ എന്ന ഭയം എന്നെ ആക്രമിച്ചു. എന്റെ മരണാനന്തരജീവിതം കൊണ്ട് ശിക്ഷിക്കപ്പെടാൻ പോകുന്ന പെൺകുട്ടിയോട് മാപ്പപേക്ഷിക്കാൻ തോന്നി. ഞാൻ ആർക്കുവേണ്ടിയാണ് എഴുതിയിരുന്നത്? എനിക്ക് വേണ്ടി മാത്രം. എന്റെ സങ്കടങ്ങളും ദുരിതങ്ങളും പറഞ്ഞുപറഞ്ഞ് മനഃശാന്തി കൊള്ളാൻ വേണ്ടി മാത്രം. അതുകൊണ്ട് എന്നെ വായിക്കുന്ന പ്രിയപ്പെട്ടവളുടെ ദുരിതജീവിതത്തിൽ കുളിർക്കാറ്റേകാൻ കഴിയുമോ! ഇല്ല. എനിക്ക് മരണാനന്തരജീവിതത്തോട് വെറുപ്പ് തോന്നി. തിരികെ അതേ അലമാരയിൽ തന്നെ ആത്മഹനനം ചെയ്യാൻ തോന്നി.

"പ്രിയപ്പെട്ട ബെറ്റീ...നീ എന്തുമണ്ടത്തരമാണ് ചെയ്തത്? നിന്റെ ആത്മഹത്യകൊണ്ട് നിനക്കു മാത്രമായിരുന്നു നഷ്ടം. പിന്നെ നിന്റെ കുഞ്ഞുങ്ങൾക്കും. അമ്മയുടെ സ്നേഹം അറിയാതെ അവർക്ക് വളരേണ്ടി വന്നില്ലേ?"

അതുകേട്ടപ്പോൾ എനിക്ക് അവളോട് ബഹുമാനം തോന്നി. പന്ത്രണ്ടാം വയസ്സിൽ ഒറ്റപ്പെട്ടിട്ടും ആത്മധൈര്യം നഷ്ടപ്പെടാത്ത കുട്ടി. എന്റെ മനോധൈര്യം നിന്നെപ്പോലെയായിരുന്നില്ല.

"പക്ഷേ, ഞാൻ ഇന്ന് ജീവൻ നഷ്ടപ്പെടുത്തിയാൽ അതുകൊണ്ട് ആർക്കും ഒരു നഷ്ടവും വരാനില്ല. എനിക്ക് അമ്മയും അച്ഛനും കൂടെപ്പിറപ്പും ഒന്നുമില്ല. ആർക്കുവേണ്ടിയാണ് ഞാൻ ജീവിക്കുന്നത്, ഒരു അനാഥ ബാല്യമായി?"

എന്റെ നിയന്ത്രണം നഷ്ടപ്പെട്ടു. കുട്ടീ നീ ആത്മഹത്യ ചെയ്യരുതെന്ന് പറയാൻ കഴിയാതെ ഞാൻ വരണ്ടുപോയി. അവൾ മരണപ്പെട്ടാൽ, അതിന്റെ ഉത്തരവാദിത്തഭാരം എനിക്ക് താങ്ങാൻ കഴിയില്ല.

മൂർച്ചയുള്ള കത്തി ആ പെൺകുട്ടിയുടെ ഞരമ്പുകളെ കീറാൻ തുടങ്ങിയതും ഞാൻ ഭയന്ന് നിലവിളിച്ചു. താളുകൾ അവളുടെ ചോരയിൽ വീണ് അമർന്നു. എന്റെ നെഞ്ചിടിപ്പ് കൂടി. ഞാൻ കണ്ണുകൾ വലിച്ചുതുറന്നു. മുന്നിൽ താരത്തിളക്കമുള്ള രണ്ട് കണ്ണുകൾ. പുസ്തകഅലമാരയ്ക്കുള്ളിൽ തന്നെയാണ് ഞാനെന്ന തിരിച്ചറിവ് എന്റെ ഭയം ഇരട്ടിച്ചു. ഞാൻ അതിനുള്ളിൽ തന്നെ ഒളിച്ചിരിക്കാൻ ശ്രമപ്പെട്ടു. മറ്റൊരു ബെറ്റി ഉണ്ടാകരുതെന്ന് അതിയായി ആഗ്രഹിച്ചുപോയി. പഴകിയ ശരീരത്തിൽ നിന്നും എനിക്ക് പറയാനുണ്ടായിരുന്ന അനുഭവകഥകൾ ഓരോന്നായി ഞാൻ കുടഞ്ഞുകളഞ്ഞുകൊണ്ടിരുന്നു. അപ്പോഴേയ്ക്കും നക്ഷത്രക്കണ്ണുള്ള ആ പെൺകുട്ടി എന്നെ കൈനീട്ടി പുറത്തെടുത്തു കഴിഞ്ഞിരുന്നു.

ഞാൻ ഇനി മുതൽ കവിത എഴുതില്ല

ഇന്റർലോക്ക് ചെയ്ത മുറ്റത്ത് പത്രം വീഴുന്ന ശബ്ദം കേട്ടപ്പോൾതന്നെ വരാന്തയിൽ പ്രാണായാമം ചെയ്തുകൊണ്ടിരുന്ന കവിത ഓടിവന്ന് അത് നിവർത്തിനോക്കി. പത്രമടക്കിൽ നിന്ന് ഇളകിവീണ ആഴ്ചപ്പതിപ്പ് എടുത്ത് മറിച്ചു. ലക്ഷ്യംവച്ചപേജിൽ വെപ്രാളംനിലച്ച കണ്ണുകൾ ശോഭാർദ്രമായി കണ്ടു. 'പ്രകൃതിയോട് ഇണങ്ങുക. ജീവിക്കുക' നെടുങ്കുന്നത്ത് മനോജിന്റെ ഒരു കവിത. അവളുടെ വയറ്റിൽ നിന്നും ഒരു തീഗോളം ഉത്ഭവിച്ച്, നാലഞ്ചു നിമിഷനേരം അത് കമ്പക്കെട്ട് പോലെ മനോഹരങ്ങളായ വർണ്ണരാജി പടർത്തി ഒരു മിടിപ്പായി ഹൃദയത്തിൽ തങ്ങിനിന്നു. പൊടുന്നനെ, നിവർത്തിയ താൾ നെഞ്ചോടടക്കിപ്പിടിച്ച് കണ്ണുകൾ അടച്ചുപിടിച്ചു. "മനോജിന്റെ കവിത" അവൾ ഓടി വീടിനകത്തുകയറി അച്ഛനെ വിളിച്ചു.

"Dad, take a look at this. What a beautiful poem this is!"

കവിതയുടെ അച്ഛൻ സദാശിവൻ കുളിക്കാൻ പകർന്ന എണ്ണ തലയിൽ തേയ്ച്ചുപിടിപ്പിക്കുന്നതിനിടയിൽ കണ്ണടയ്ക്കു മുകളിൽക്കൂടെ മകളെ ഒന്നു നോക്കി.

"നീ വായിച്ചോ?"

വിശ്വാസമാകാത്ത സ്വരത്തിൽ ചോദിച്ചു.

"ഞാൻ വായിച്ചു. ഇത്രയും നല്ല കവിത ഞാൻ ജീവിതത്തിൽ വായിച്ചിട്ടില്ല."

കവിത നീട്ടിയ മാസിക വാങ്ങാതെ സദാശിവൻ ഒന്നുപൊട്ടിച്ചിരിച്ചു.

"നീ തന്നെ ഒന്ന് ഉറക്കെ വായിച്ചേ. അച്ഛൻ കേക്കട്ടെ. എന്നുമുതലാണ് ആംഗലയം വിട്ട് എന്റെ മകൾ മലയാളസാഹിത്യം ഇഷ്ടപ്പെട്ടു തുടങ്ങിയതെന്നാണ് അച്ഛന്റെ അത്ഭുതം. ഉം. വായിക്ക്."

അവൾ ഒന്നു പരുങ്ങി. തനിക്ക് അച്ഛന്റെ കവിതയെഴുത്തുൾപ്പെടെ മലയാളഭാഷ പോലും പന്തിയില്ലെന്നുള്ള കാര്യം അച്ഛന് നന്നായി അറിയാവുന്നതാണ്. എന്നിട്ടും ഒരു സാഹിത്യകാരനെക്കൊണ്ട് മകളെ കെട്ടിക്കണം എന്ന ശപഥവും. അവൾ അക്ഷരങ്ങൾ അസ്ഥാനത്ത് പൊട്ടിച്ചും മുക്കിയും മൂളിയും രണ്ടുവരി കഷ്ടിച്ച് വായിച്ചു.

"മതി. ഇങ്ങെടുക്ക്."

ഒരു ഭാഷാസ്നേഹിയുടെ ഗൗരവത്തോടെ സദാശിവൻ കവിത വാങ്ങി വായിച്ചു. അയാൾ മുഖം ഉയർത്തി മകളെ നോക്കി.

"കുഴപ്പമില്ല. നല്ല കവിത. ദേ...ഇങ്ങനെയാണ് ജീവിക്കേണ്ടത്. പ്രകൃതിയോട് ഇണങ്ങി. ഇതൊക്കെ വായിച്ച് പഠിക്ക്. പുതിയ തലമുറ മണ്ണിലിറങ്ങണം മടിയില്ലാതെ."

സദാശിവൻ ഒരു താക്കീത് കൊടുത്തിട്ട് തല തടവി പുറത്തേയ്ക്കിറങ്ങി. കവിതയുടെ ജാള്യം കലർന്ന മുഖം പതിയെപ്പതിയെ മറഞ്ഞു. മലയാളം തെളിച്ചുവായിക്കാൻ അറിയില്ലെങ്കിലും മനോജ് കവിത ചൊല്ലുന്നത് കേൾക്കാൻ രസമാണെന്നാണ് അച്ഛന്റെ വാദം. അച്ഛന് മനോജിനെ ഇഷ്ടപ്പെടാതിരിക്കില്ല. അവൾ ലഘുചിരിയോടെ ഓർത്തു.

പിറ്റേന്ന് രാവിലെ അവൾ ക്യാമ്പസ് സർക്കിളിൽ വച്ച് മനോജിനെ കണ്ടപാടെ കെട്ടിപ്പുണർന്നു.

"Manoj, my dad read your poem in the magazine and gave a good comment. ഇപ്പൊഴാണ് എനിക്കൊന്ന് റിലീഫായത്. And this is for you."

അവൾ ബാഗിൽ നിന്നും വിലപിടിപ്പുള്ള ഐഫോൺ അവനു നേരെ നീട്ടി.

"Thank you my dear"

അവൻ വിളറിയ ചിരി മറച്ചുപിടിച്ച് സമ്മാനം കൈയിൽ വാങ്ങിക്കൊണ്ട് പറഞ്ഞു:"നിന്നെ സ്വന്തമാക്കാൻ ഏതു മാഗസിനിലും ഞാൻ എന്റെ കവിത വരുത്തും. നിന്റെ അച്ഛന് കവിത ഇഷ്ടപ്പെട്ടുമോന്ന് എനിക്ക് സംശയം ഉണ്ടായിരുന്നു. വലിയ സാഹിത്യകാരനല്ലേ. പോരാത്തതിന് എന്റെ മലയാളം ഗുരുനാഥൻ. ഇനിയെങ്കിലും അദ്ദേഹത്തിന് എന്നോട് കുറച്ചുമതിപ്പൊക്കെ ഉണ്ടാകട്ടെ."

കവിത ചിരിച്ചു. അവൾ ക്ലാസ്സിലേയ്ക്ക് പോകാൻ തുടങ്ങിയതും അവർക്കരികിലേയ്ക്ക് നടന്നുവരുന്ന വിനോദിനെ കണ്ടു. അവൾ അവനെ ഒന്നു നോക്കി തലതിരിച്ച് നടന്നുപോയി.

"മരിച്ചുപോയ പ്രണയത്തിന്റെ കുഴിച്ചുമൂടൽ എത്ര സ്വാഭാവികമാണ്!"

വിനോദ് മനോജിന്റെ തോളിൽ തട്ടിക്കൊണ്ട് പറഞ്ഞു.

വിനോദിന്റെ ഭാഷയിൽ പറഞ്ഞാൽ, രണ്ടുവർഷങ്ങൾക്ക് മുമ്പായിരുന്നു കവിത തന്നെ കുഴിച്ചുമൂടി വളമാക്കി മനോജിനെ കൊയ്തത്. വിനോദ് മലയാളകവിതയിൽ ഗവേഷണം ചെയ്ത് രണ്ടാംവർഷം കടക്കുമ്പോൾ ലഭിച്ച ഉറ്റസുഹൃത്ത്. തന്നെക്കാൾക്കൂടുതൽ എന്തൊക്കെയൊ അവനിൽ ഉണ്ടെന്ന് കണ്ടെത്തിയ കവിത വളരെപ്പെട്ടെന്ന് വിനോദിനെ ഒഴിവാക്കുകയായിരുന്നു. അവസാനമായി, സ്നേഹത്തോടെ അവളെ നോക്കുമ്പോൾ, താൻ ഒരേയൊരു കാര്യമേ അവളോട് അന്വേഷിച്ചിട്ടുള്ളൂവെന്ന് തന്റെ പ്രണയം ഓർത്തെടുക്കുമ്പോഴൊക്കെ വിനോദ് പറയും.

“കവിതയ്ക്കെന്തെങ്കിലും സങ്കടമുണ്ടോ? അഥവാ ജീവിച്ച ജീവിച്ച് മടുത്തു പോകുമ്പോൾ... അത് ഏത് അവസ്ഥയിലാണെങ്കിലും, ഞാൻ അന്ന് ജീവിച്ചിരിപ്പുണ്ടെങ്കിൽ വിളിച്ചാൽ പറന്നെത്തും. നിന്റെ ചൂട് എനിക്കൊന്നിനും പകരമാവില്ല. അത് മാത്രം വെറുതെ ഒന്ന് ഓർമ്മയിൽ സൂക്ഷിക്കുക"

അവളുടെ മറുപടി ചെറിയ കുട്ടിയെപ്പോലെ തന്നെ എപ്പോഴും ചിരിപ്പിക്കാറുണ്ടെന്നും വിനോദ് ഓർത്തോർത്തുപറയും.

"Vinod, you are no more in my mind. Or can anyone love only one person forever?"

"അവൾ ഒരു മണ്ടിയാണ്."

ഓർമ്മയുടെ നിലച്ചഒഴുക്കിൽ നിന്നും വിനോദ് മനോജിന്റെ മറുപടിയിലേയ്ക്ക് വന്നുവീണു.

"നീ അത് മുതലാക്കരുത്. അവൾ ഒരു പാവമാണ്. സ്നേഹിക്കണം."

പുറത്തേയ്ക്ക് തള്ളിവിട്ടചിരിയോടെ മനോജ് ചോദിച്ചു:

"അവളെ സ്നേഹിക്കാനുള്ള പ്രതിഫലമാണോ കവിത എഴുതാൻ അറിയില്ലാത്ത എന്റെ പേരിൽ നീ എഴുതി അയച്ച് പ്രസിദ്ധീകരിച്ചുവന്ന കവിത?"

വിനോദ് ആത്മഗതം ചെയ്തു. അത് കവിതയ്ക്ക് എന്റെ മേലുള്ള ഉറപ്പിന്റെ പ്രതിഫലം.

അവൻ മനോജ് കേൾക്കെ പറഞ്ഞു:

"അവൾക്ക് നിന്നെ ഒരുപാട് ഇഷ്ടമാണ്."

"എന്റെ കവിത കണ്ടിട്ട് അവളുടെ അച്ഛൻ എന്നെ സ്വീകരിക്കുമോ?" വിനോദിന്റെ സംശയത്തിന് മനോജ് മറുപടി പറഞ്ഞു:

"അദ്ദേഹം കവിത പോലെ ശുദ്ധനാണ്. ആ മനുഷ്യൻ നിന്നെ എപ്പൊഴേ മരുമകനാക്കിക്കഴിഞ്ഞു!"

വിനോദ് പറഞ്ഞതുപോലെ കവി നെടുങ്കുന്നത്ത് മനോജും കവിതയുമായുള്ള വിവാഹം നടന്നു. ആദ്യരാത്രിയിൽ അവൾ പൊട്ടിച്ചിരിച്ചുകൊണ്ട് മനോജിനോട് ചോദിച്ചു:

"മനോജിനെ കവിയാക്കിയ എന്റെ ഡ്രാമ എങ്ങനുണ്ട്?"

മനോജ് ഒന്നു ഞെട്ടി. തന്റെ പേരിൽ പ്രസിദ്ധീകരിച്ചുവന്ന കവിതയുടെ ക്രെഡിറ്റ് കവിതയ്ക്ക് കൂടെ അവകാശപ്പെട്ടതാണെന്ന് അയാൾ ഒട്ടും പ്രതീക്ഷിച്ചിരുന്നില്ല.

അവൾ തുടർന്നു:

"Literature എനിക്ക് ഒട്ടും interest ഇല്ല."

"അതുകൊണ്ടാണോ വിനോദിനെ നീ...?"

മനോജിനെ മുഴുമിപ്പിക്കാൻ അനുവദിക്കാതെ അവൾ പറഞ്ഞു:

"Ey No. His practice was to accept only one partner after marriage. I couldn't agree with that either. So I let him go."

മനോജ് അവൾക്കൊപ്പം ഉറക്കെചിരിച്ചു.

"നമ്മൾ ഒരുപോലെ ചിന്തിക്കുന്നു."

അവൻ ശൂന്യതയിൽ നോക്കി തുടർന്നു:

"അപ്പൊ നെടുങ്കുന്നത്ത് മനോജ് എന്ന ഞാൻ ഇനി മുതൽ കവിത എഴുതില്ല."

"ഞാൻ എഴുതിക്കുകയില്ല."

കവിത മറുമൊഴി പറയുന്നതിനോടൊപ്പം തന്റെ കഴുത്തിലെ താലിമാലയുടെ കൊളുത്ത് കൈകൊണ്ട് പരതിനോക്കി.

ജിഗൊള

വാൻഗോഗിന്റെ 'സ്റ്റേറി നൈറ്റി'*ന്റെ പുറകിലത്തെ ചുവരിൽ ചെവികൾ അടച്ചുപിടിച്ച് മറഞ്ഞിരിക്കാൻ തുടങ്ങിയിട്ട് ദിവസങ്ങൾ എത്ര പിന്നിടുന്നു! ഈ വലിയ മുറിയിലേയ്ക്കുള്ള എയർഹാളിലൂടെ അകത്തേയ്ക്ക് കടക്കുമ്പോൾ ഞാനും എന്റെ പങ്കാളിയും പുതിയൊരു ജീവിതം സ്വസ്ഥമായി അനുഭവിക്കാനുള്ള ആകാംക്ഷയിലായിരുന്നു. മുറിയിലെ കാഴ്ചകൾ ഞങ്ങൾക്ക് ആദ്യമൊക്കെ പുതുമയുള്ളതായിരുന്നു. പിന്നെപ്പിന്നെ ശ്വാസംമുട്ടിത്തുടങ്ങി. ഗതിമുട്ടുമ്പോൾ ഞങ്ങൾ അലറി വിളിക്കും. അന്നേരം കട്ടിലിൽ കിടക്കുന്ന യജമാനത്തി ഞങ്ങൾ ഗൗളികളെപ്പോലെ എന്നാൽ, ബീഭത്സമായി ചിലയ്ക്കുന്നതുകേൾക്കാം. യജമാനത്തിയെ കാണുന്നത് ഞങ്ങൾക്ക് പേടിയാണ്. എന്തിനാണ് അവർ ആ ചെറുപ്പക്കാരനോട് ഇത്രയും ക്രൂരത കാണിക്കുന്നത്? ഉപദ്രവിക്കുന്നത്? ആർത്തിയോടെ അടുത്തേയ്ക്ക് പോയി കടിച്ചുപറിക്കുന്നത്? അയാളുടെ ശരീരം മാന്തിപ്പറിച്ച് സുഖിക്കാൻ എങ്ങനെ അവർക്ക് സാധിക്കുന്നു? പ്രതികരണശേഷിയില്ലാത്ത ആൺപിറന്നോനെ കണ്ടുകണ്ട് നടുക്കംകെട്ടു! ഓരോ ദിവസവും പുതിയ പുതിയ മുഖങ്ങൾ ആവർത്തിക്കപ്പെടുമ്പോൾ ഞങ്ങളുടെ അറിവില്ലായ്മയുടെ പന്തങ്ങൾ എരിഞ്ഞുകത്തും.

"നമുക്ക് ഇവിടുന്ന് പുറത്തു കടക്കാം. മനുഷ്യർ ഓരോ കാലത്തും ദുഷ്ടന്മാരായി മാറുന്ന കഥയല്ലേ നമ്മള് കേട്ടിട്ടുള്ളൂ. ഇപ്പൊ പതിവായി നേരിൽ കാണുകയും ചെയ്യുന്നു."

എന്റെ പങ്കാളി രക്ഷപ്പെടാനുള്ള മാർഗ്ഗങ്ങൾ തിരഞ്ഞു. ഞങ്ങൾ മുറിയിൽ പ്രവേശിച്ച എയർഹാൾ അടച്ചുമൂടിയിരിക്കുകയാണ്. കുറച്ചുദിവസമായി കാറ്റിന് നല്ല തണുപ്പമാണ്.

---

*Starry night: വാൻഗോഗിന്റെ വിഖ്യാതമായ പെയിന്റിംഗ്.

“എല്ലാവരും ഇത്തരത്തിൽ ക്രൂരതയുള്ളവരായിരിക്കില്ല. മാത്രവു മല്ല. നമുക്ക് എങ്ങനെ സമാധാനത്തോടെ രക്ഷപ്പെട്ടുപോകാൻ കഴിയും! കുറച്ചുനാൾ ഇവിടുത്തെ അന്തേവാസിയായിരുന്നതല്ലേ. ആ യുവാവിന്റെ സങ്കടം അറിയാനുള്ള ബാധ്യത നമുക്കുണ്ട്.”

ഞങ്ങൾ ചുവരിൽ നിന്നും ഇഴഞ്ഞ് വാൻഗോഗിന്റെ കറുത്ത ആകാശ ത്തിൽ ചെന്നിരുന്നു. അതിലെ ചുഴികൾ എന്നെ ഭയപ്പെടുത്തി. ഇതിനുമുമ്പ് തോന്നാതിരുന്ന അപരിചിതഗർത്തങ്ങൾക്കുസമം കരുണവറ്റിയിരുന്നു ഓരോ ചുഴിയും.

ചെറുപ്പക്കാരൻ കട്ടിലിൽ നിന്നും എഴുന്നേറ്റ് യജമാനത്തിയുടെ മുന്നിൽ വന്നു. അയാളുടെ കാലുകൾ ഉറച്ചുനിൽക്കാൻ പാടുപെടുന്നുണ്ടാ യിരുന്നു. യജമാനത്തി അർദ്ധബോധാവസ്ഥയിൽ കിടക്കയിൽ നിന്നും കൈനീട്ടിക്കൊടുത്ത പൈസ വാങ്ങി അയാൾ പുറപ്പെടാൻ തയ്യാറായി വാതിൽ ലക്ഷ്യംവച്ച് നടന്നു.

ഇയാൾക്കൊപ്പം പുറത്തുകടക്കാമെന്ന് ഞങ്ങൾ തീരുമാനിച്ചു. അതിൻ പ്രകാരം താഴേയ്ക്കുചാടി. യുവാവിന്റെ വെളുത്ത കുപ്പായത്തിന് പുറത്തിരുന്ന് ഞങ്ങൾ കറുത്ത രണ്ട് പല്ലികൾ ഇരുണ്ട കാഴ്ചകൾ ഉപേക്ഷിച്ച് പുറത്തേ യ്ക്കിറങ്ങി.

അയാൾ മറ്റൊരു ആഡംബരമുറിയിലെത്തി. തലമുടി വലിച്ചുപിടിച്ച് നിലവിളിച്ചുകരഞ്ഞു. ഞങ്ങൾക്കത് സഹിച്ചില്ല. അയാളെ എങ്ങനെ ആശ്വസി പ്പിക്കണമെന്നും അറിയില്ല. മനുഷ്യനായി ജനിക്കുക എന്നതാണ് ഏറ്റവും വലിയ സന്തോഷമെന്നാണ് ഞങ്ങൾ ആദ്യമൊക്കെ കരുതിയിരുന്നത്. കുറേ കാലം ജീവിക്കാമല്ലോ! എന്നാൽ ജീവിതത്തിൽ ഭൂരിഭാഗവും അവർ മരണാവസ്ഥയിലാണെന്ന് ഞങ്ങൾ തിരിച്ചറിഞ്ഞു. ഞങ്ങളുടെ മനസ്സിലും ആശങ്കകൾ നിറഞ്ഞു. ഇയാൾക്ക് യജമാനത്തിയുമായുള്ള ബന്ധം എന്താണ്? എന്തിനാണ് ഈ പാവത്തിനെ അവർ ഉപദ്രവിക്കുന്നത്?

ആലോചനയിൽ മുഴുകി എപ്പൊഴൊ ഉറങ്ങിപ്പോയി. ഉറക്കമുണ രുമ്പോൾ യുവാവ് കസേരയിൽ തന്നെ ഇരിക്കുന്നു. മൊബൈൽ ഫോൺ ശബ്ദിച്ചപ്പോൾ അയാൾ ഞങ്ങളെയും ചുമന്നുകൊണ്ട് എഴുന്നേറ്റു. ഫോൺ എടുത്ത് സ്പീക്കർ ഫോണിൽ വച്ച് സംസാരിക്കാൻ തുടങ്ങി.

“ഹലോ അച്ഛാ...” മറുതലയ്ക്കൽ നിന്നും ഒരു കുഞ്ഞിന്റെ ശബ്ദമു യർന്നു. അയാളുടെ കണ്ണുകൾ നിറഞ്ഞു.

“ഹലോ കണ്ണാ...”

“അച്ഛന് സുഖമാണോ?”

അയാളുടെ കണ്ണുകൾ പൊട്ടിയൊഴുകി. തുടർന്ന് സംസാരിക്കാൻ കഴിയാതെ അയാൾ ഫോൺ നിശ്ശബ്ദമാക്കിവച്ചു.

അർദ്ധചന്ദ്രക്കലാവൃതമായ ആകാശം. വീശിയെറിഞ്ഞ നക്ഷത്രങ്ങൾ. അനന്തമായ നീന്തൽക്കുളം. മദ്യംനുണഞ്ഞ് ശീൽക്കാരം പുറപ്പെടുവിക്കുന്ന പെണ്ണും പെണ്ണും, ആണും ആണും, പെണ്ണും ആണും. രണ്ട് പെണ്ണുങ്ങൾ പരസ്പരം ഒട്ടിച്ചേരാൻ തുടങ്ങുന്നത് കണ്ടപ്പോൾ ഞാനും പങ്കാളിയും നിർന്നിമേഷരായി. കണ്ണുകൾ പരസ്പരം ഇടഞ്ഞു. യുവാവിന്റെ ഉടുപ്പിൽ നിന്നും എടുത്തുചാടി നീന്തൽക്കുളത്തിന്റെ സമീപം പോയിരുന്ന് കൈകൾ കോർത്തു. മദ്യത്തുള്ളികൾ നുണഞ്ഞപ്പോൾ ഞങ്ങളുടെ നിയന്ത്രണം നഷ്ടപ്പെട്ടുപോയി. കെട്ടിപ്പിടിച്ചിരുന്ന് ഓർമ്മകൾ അയവിറക്കി.

"നിന്നെ കണ്ടുമുട്ടിയില്ലായിരുന്നെങ്കിൽ ഞാൻ ചത്തുപോകുമായിരുന്നു."

"ഞാനും."

"നമ്മള് ഇതിനു മുമ്പ് താമസിച്ചിരുന്ന വീട്ടിൽ ഒരച്ഛൻ മകളെ കൊന്നു കളഞ്ഞില്ലേ...കൂട്ടുകാരിക്കൊപ്പം ജീവിക്കണമെന്ന് പറഞ്ഞതിന്?"

ഞാൻ അവളുടെ മുഖത്തേയ്ക്ക് നോക്കി.

"ഞാനത് ഇടയ്ക്കിടെ ഓർക്കാറുണ്ട്. നമ്മൾ രണ്ട് മനുഷ്യപ്പെണ്ണുങ്ങൾ ആയിരുന്നെങ്കിൽ നരകിച്ചുനരകിച്ചു ചത്തേനെ. അല്ലെങ്കിൽ ഈ മനുഷ്യന്മാർ നമ്മളെ കൊന്നേനെ. അക്കണക്കിന് നമ്മളെത്ര ഭാഗ്യം ചെയ്തവരാണ്!"

അവൾ വാല് കൊണ്ട് എന്നെ അണച്ചുപിടിച്ചു. നാവുകൾ ഇഴഞ്ഞു. ശരീരങ്ങൾ പിണഞ്ഞു.

"നമുക്ക് എല്ലാക്കാലവും രണ്ട് പെൺപല്ലികളായി തന്നെ ജനിച്ചാ മതിയായിരുന്നു."

അതേ എന്ന ഭാവത്തിൽ ഞാൻ അവളെ നാണത്തോടെ നോക്കി.

നീന്തൽകുളത്തിൽ ഊഞ്ഞാലാടുന്ന ശശികല വികൃതിബാലികയെപ്പോലെ കറുത്തനിഴലുകൾ മുലക്കുർപ്പിച്ചുനില്ക്കുന്ന ഓളങ്ങൾ തിരഞ്ഞുപിടിച്ച് മൊത്തിക്കുടിച്ചു. വർണ്ണമത്സ്യങ്ങൾ ഞങ്ങളുടെ ശരീരത്തിനു മേലെ ചാടിമറിഞ്ഞു.

ചെറുപ്പക്കാരൻ കുപ്പായം അഴിച്ചുമാറ്റി വെള്ളത്തിലേയ്ക്ക് എടുത്തുചാടി. ഞങ്ങൾ പരിസരബോധം വീണ്ടെടുത്തു.

"ജെയിംസ്... എന്തിനാണ് നമ്മളിങ്ങനെ ജീവിക്കുന്നത്? നിനക്ക് മടുപ്പ് തോന്നുന്നില്ലേ? നമുക്കീ തൊഴിൽ ഉപേക്ഷിച്ച് നാട്ടിലേയ്ക്ക് പോയാലോ?"

ഞങ്ങൾ ചെറുപ്പക്കാരന്റെ വിഷാദം നിറഞ്ഞ തടിച്ചുവീങ്ങിയ കണ്ണുകളിലേയ്ക്ക് ദാരുണമായി നോക്കി. മറ്റൊരാൾ അയാൾക്കഭിമുഖമായി നീന്തിയടുത്തു.

"ഇനി നാട്ടിലേയ്ക്ക് മടക്കമുണ്ടാകുമോന്ന് അറിയില്ല. ഈ ജെയിംസിന്റെ മരണവാർത്ത അറിയിക്കാനുള്ള ഭാഗ്യവും നിനക്കുണ്ടാകട്ടെ."

ജെയിംസ് പൊട്ടിച്ചിരിച്ചുകൊണ്ട് പറഞ്ഞൊടുക്കി. ഉടനെ അയാൾ ചെറുപ്പക്കാരനെ കെട്ടിപ്പിടിച്ച് പൊട്ടിക്കരഞ്ഞു. നീന്തൽക്കുളത്തിലുള്ളവർ നിശ്ശബ്ദരായി അടുത്തുകൂടി.

"എന്നെ ഡയാന ട്രാപ്പിൽ പെടുത്തിയിരിക്കുകയാണ്. എന്റെ വീഡിയോസും ഫോട്ടോസും അവരുടെ കൈവശമുണ്ട്. മറുത്തൊരക്ഷരം മിണ്ടിയാൽ അത് എയറിലാക്കുമെന്നാണ് താക്കീത്. ഒരു കാരണവശാലും ഭാര്യയും മക്കളും അറിയരുത് - ഞാനിവിടെ ജിഗൊള തൊഴിലാണ് ചെയ്യുന്നതെന്ന വിവരം. അറിഞ്ഞാൽ അവർ പിന്നെ ജീവിച്ചിരിക്കില്ല."

അയാൾ വെള്ളത്തിൽ കൈകൾ അടിച്ച് സങ്കടം അമർത്തിപ്പിടിച്ചു.

ഞങ്ങൾ മനുഷ്യരിൽ നിന്നും കേൾക്കുന്ന പുതിയൊരു വാക്കായിരുന്നു ജിഗൊള. അതെന്താണെന്ന് മനസ്സിലാക്കാൻ ശ്രദ്ധയോടെ അവരുടെ സംഭാഷങ്ങൾ ചെവിയോർത്തു.

കൂട്ടത്തിൽ നിന്നും തീരെ പ്രായം കുറഞ്ഞ ഒരു പയ്യൻ മുന്നോട്ടുവന്നു.

"എനിക്കും പേടിയാകുന്നു. എഞ്ചിനീയറിംഗ് പഠിക്കാൻ ഈ നശിച്ച നഗരത്തിൽ തന്നെ വന്നുപെട്ടല്ലോ എന്നാണ് ഇപ്പോൾ ആലോചിക്കുന്നത്. നാട്ടിലും ജിഗൊള ബിസിനസ് പത്തിരുപത് വർഷം കൊണ്ട് പടർന്നു പിടിക്കും. ചിലയിടത്ത് തുടങ്ങിക്കഴിഞ്ഞു."

അവന്റെ ശബ്ദത്തിൽ നിരാശപടർന്നു. അരയിൽ നിന്നും കുറിയമുണ്ട് അഴിച്ചുമാറ്റിക്കൊണ്ട് അവൻ തുടർന്നു:

"ഇന്നലെ എന്തോ സ്പ്രേ ചെയ്തതാണ്. എരിച്ചിൽ സഹിക്കാൻ വയ്യ. മൂത്രമൊഴിക്കാൻ കൂടി പറ്റുന്നില്ല."

കൂട്ടത്തിലൊരാൾ അവനെ ആശ്വസിപ്പിച്ചു.

"ചെറുപ്പക്കാരെല്ലാം ഇന്ന് വല്ലാത്ത അവസ്ഥയിലാണ്. ചെറിയ സമയം കൊണ്ട് കൂടുതൽ ശമ്പളം വാങ്ങാൻ ബദ്ധപ്പെടുമ്പോൾ പ്രായത്തിന്റെ വെളിവില്ലായ്മയിൽ എത്ര സാധുക്കളാണ് പെട്ടുപോകുന്നത്! അബദ്ധം പറ്റിയെന്നു തിരിച്ചറിയുമ്പോൾ പരാതിപ്പെടാൻ കഴിയുമോ നാണക്കേട് കൊണ്ട്! എന്തൊരു ഗതിപിടിച്ച കാലമാണ്."

അവരുടെ സങ്കടത്തിൽ ഞങ്ങളും പങ്കുചേർന്നു. ജെയിംസ് വെള്ള ത്തിൽ നിന്നും കയറി തലതോർത്തി വൈൻരുചിച്ചു.

"വൈനിന്റെ ലഹരിപോലും അറിയാൻ കഴിയുന്നില്ല. പഠനത്തോടൊപ്പം പാർട്ട് ടൈം തൊഴിൽ ചെയ്യാനുള്ള ആവേശം ഒന്ന് രണ്ട് വർഷം കഴിഞ്ഞ പ്പോൾ തന്നെ ഇല്ലാതായി. പണത്തോടുള്ള അത്യാർത്തി കൂടി. ഇപ്പോൾ എല്ലാം മതിയാക്കി വീട്ടുകാർക്കൊപ്പം ജീവിക്കാൻ തോന്നിപ്പോകുന്നു."

അയാൾ പറഞ്ഞു നിർത്തി. മദ്യം ലഹരിപിടിപ്പിച്ചവരുടെ ചില്ലുകോപ്പ കൾ വീണുടഞ്ഞു. അതിൽ പറ്റിപ്പിടിച്ച ലഹരി നുണയാൻ മറ്റുചിലർ തിടുക്ക പ്പെട്ടു. വസ്ത്രങ്ങൾ അലസമായി പറന്നുനടന്നു.

"പണ്ടൊക്കെ പെണ്ണുങ്ങൾക്ക് അങ്ങോട്ട് പൈസ കൊടുത്തുവേണം മോഹങ്ങൾ സാധിക്കാൻ. ഇന്ന് പെണ്ണുങ്ങൾ ഇങ്ങോട്ട് പൈസ തന്ന് ജിഗൊളകളെ വളർത്തുന്നു. കാലത്തിന്റെ പരിണാമമേ!"

പൂളിൽകിടന്നുകൊണ്ട് ഒരാൾ പറഞ്ഞു.

"വലിയ കുടുംബത്തിലുള്ള പെണ്ണുങ്ങൾക്ക് മുമ്പിൽ നമ്മുടെ തൊലി യുരിഞ്ഞുപോകും. എന്തൊക്കെയാണ് നമ്മളെകൊണ്ട് ചെയ്യിക്കുന്നത്... ശ്ശെ. ആലോചിക്കാൻ തന്നെ വെറുപ്പ് തോന്നും. അത്തറിന്റെ മണോക്കെ അവളുമാരുടെ വസ്ത്രങ്ങളിൽ മാത്രമേയുള്ളൂ. ഇനി മാറാരോഗങ്ങളിൽ നിന്നും നമുക്ക് മുക്തിയുണ്ടാകുമോ!"

അവരുടെ സംഭാഷങ്ങൾ കേട്ട് ഞങ്ങൾക്ക് അതിശയമായി. അവൾ എന്നെ തഴുകിക്കൊണ്ട് പറഞ്ഞു:

"എനിക്കിതൊന്നും വിശ്വസിക്കാൻ പറ്റുന്നില്ല. ഇതൊക്കെ നേരാകുമോ?"

"അല്ലാതെ പിന്നെ! നമ്മളും ആ മുറിയിൽ കണ്ടതല്ലേ. പക്ഷേ, ഇപ്പൊ ഴാണ് കാര്യങ്ങള് മനസ്സിലാവുന്നത്. ഇത് ഇങ്ങനെ മുന്നോട്ട് പോയാൽ പാവം ചെറുപ്പക്കാരുടെ അവസ്ഥ എന്താകും!"

"പക്ഷേ, നമുക്ക് എന്തുചെയ്യാൻ കഴിയും?"

അവളെ പിൻപറ്റിക്കൊണ്ട് ഞാൻ തുടർന്നു:

"നമുക്ക് ഒന്നും ചെയ്യാൻ പറ്റില്ല. അവര് വിചാരിക്കണം. എങ്കിലേ ഈ ഗതികേട് മാറൂ. പണമാണോ ഈ ലോകത്തിൽ വലുത്? സഹജീവി സ്നേഹ മല്ലേ! അത് മനസ്സിലാക്കിയാൽ മതി. ഈ അവസ്ഥയ്ക്ക് മാറ്റംവരും."

"അതൊന്നും നമുക്ക് തീർത്തുപറയാൻ പറ്റില്ല. മനുഷ്യരുടെ കാര്യ മല്ലേ. അവർക്ക് നമ്മളെപ്പോലെ ആവില്ലല്ലോ ആവശ്യങ്ങൾ."

അതും ശരിയാകാമെന്ന് എനിക്ക് തോന്നി. നീന്തൽക്കുളത്തിൽ മുഴുവനും ജിഗൊളകൾ ആണെന്ന് അവരുടെ സംഭാഷണങ്ങളിൽ നിന്നും ബോധ്യപ്പെട്ടു. അനുകമ്പയാണ് അവരോട് തോന്നുന്നത്. രക്ഷപ്പെടാൻ ഓരോരോ മാർഗ്ഗങ്ങൾ തിരയുന്ന പാവങ്ങൾ.

ഞങ്ങൾ പിന്നീട് അവിടെ നിന്നില്ല. സാവധാനം ഇഴഞ്ഞിഴഞ്ഞ് എയർഹാൾ വഴി മറ്റൊരു മുറിക്കുള്ളിൽ കയറി. അവിടെ ഞങ്ങളെപ്പോലെ രണ്ട് പെണ്ണുങ്ങൾ. സമാധാനമായിരിക്കട്ടെ എല്ലാബന്ധങ്ങളുമെന്നാഗ്രഹിച്ച് ഞങ്ങൾ ചുവന്ന ഭിത്തിയിൽ പറ്റിപ്പിടിച്ചിരുന്നു. മുറിയിലെ വെളിച്ചം കെട്ടു. അലസമായികേൾക്കുന്ന മർമ്മരങ്ങളിൽ ജിജ്ഞാസുക്കളായി ഞങ്ങൾ ചിലച്ചു. നേരം വെളുക്കുന്നതുവരെയും രണ്ട് ആൺ മിന്നാമിനുങ്ങുകൾ പാട്ടും പാടി മുറിക്ക് ചുറ്റും പാറിനടക്കുന്നുണ്ടായിരുന്നു.

സംഗമം

മൊബൈൽ ഫോണിലെ 3G നെറ്റ് വർക്കിനെ പ്രാകിക്കൊണ്ട് നാരായണി അക്ഷമയോടെ ഫേസ്ബുക്കിലെ തന്റെ ഓരോ അഭ്യുദയകാംക്ഷികളെയും ഞെരക്കിനീക്കിക്കൊണ്ടു. ഇപ്പോൾ താമസിക്കുന്ന ഗ്രാമം ഉപേക്ഷിച്ച് പട്ടണത്തിന്റെ 5G സമ്പന്നതയിൽ ജീവിക്കുക എന്നതിൽ കവിഞ്ഞ് അവൾക്ക് തത്കാലം മറ്റാഗ്രഹങ്ങളൊന്നും ഇല്ല. അവളുടെ കാത്തിരിപ്പിനോട് തോൽവി സമ്മതിച്ച് കറക്കം പൂർത്തിയാക്കി ഫേസ് ബുക്കിൽ നെടുങ്കുന്നത്ത് മനോജിന്റെ കവിതയ്ക്ക് താൻ കുറിച്ച അഭിപ്രായം പ്ലിംഗ് എന്നൊരു ശബ്ദത്തോടെ ഹാജർ രേഖപ്പെടുത്തി. കവിയെ പുകഴ്ത്തി വാഴ്ത്തികുറിച്ച വിവരണം നറുപുഞ്ചിരിയോടെ ഓമനിച്ചുകോൾമയിർകൊണ്ടു. മുടക്കമില്ലാതെ താൻ കുറിക്കുന്ന കവിതയെ താലോലിക്കുന്ന ചിലരിൽ മുൻപന്തിയിലാണ് മനോജ്. തന്റെ ഒട്ടുമുക്കാൽ കവിതകളുടെ ഉത്തരവാദിയും അയാൾ തന്നെ. ഒപ്പം ലൈക്കും കമന്റും ഷെയറും കൂട്ടാനുള്ള കുറുക്കുവഴി പഠിപ്പിച്ച ഗുരുവും. അവൾ ഇന്റർനെറ്റ് ലോകത്ത് പരമാനന്ദം ആസ്വദിച്ചു ജീവിക്കുന്നു.

സ്കൂൾ പഠനം കഴിഞ്ഞതിന്റെ നേരമ്പോക്കായെ അമിതമായ ഫോൺ ഉപയോഗത്തെ അച്ഛൻ പരാമർശിച്ചുകണ്ടുള്ളു. പരാതിപറച്ചിൽ മുഴുവനും അമ്മയ്ക്കാണ്. ഭക്ഷണം കഴിക്കാൻ അമ്മയുടെ നീട്ടിയൊരു വിളിയുണ്ട്. അതു കേൾക്കുമ്പോൾ താൻ പടുത്തുയർത്തിയ മണൽഗോപുരം പൊത്തോനെ നിലംപതിക്കുന്ന ആഘാതത്തിൽ അവൾ സ്വപ്നത്തിൽ നിന്നും ഞെട്ടി ഉണരും. മൊബൈൽ ഫോണുമായി ചെന്ന് "Lunch Time" എന്ന ടാഗ് ലൈനോടു കൂടി ചൂട് ചോറും കറികളുമടങ്ങുന്ന പടം അദൃശ്യകൂട്ടുകാരുടെ അറിവിലേയ്ക്ക് പറത്തിവിടും. നിറയുന്ന കമന്റ് പെട്ടികളെ തൃപ്തിപ്പെടുത്തിക്കൊണ്ട് ചോറ് വാരിവിഴുങ്ങും.

"നാരായണീ... ഫോൺ മാറ്റി വച്ചിട്ട് കഴിക്ക്. ആഹാരത്തോട് അനാദരവ് കാണിക്കരുത്."

ലൈവ് കമെന്റുകളിൽ നിന്ന് മുഖമെടുക്കാതെ അവൾ ഒന്നു പൊട്ടിച്ചിരിക്കും.

"അമ്മ എന്ത് പഴഞ്ചനാ."

പറഞ്ഞു മടുത്ത സംഭാഷണങ്ങൾ ആവർത്തിക്കാൻ മടിച്ച് അവർ ഭയത്തോടെ മകളെ നോക്കി നിൽക്കും. തന്റെ അച്ഛനമ്മമാരെ അനുസരിക്കുന്ന, ഗുരുക്കന്മാരെ ബഹുമാനിക്കുന്ന, വിശ്വാസത്തെ മുറുകെപ്പിടിക്കുന്ന തന്നെ, ഇപ്പോഴത്തെ തലമുറ പഴഞ്ചനാക്കുന്നതിനെ അവർ നന്നായി ആസ്വദിച്ചു. ശ്വാസം അടക്കിപ്പിടിച്ച് തനിക്ക് പഴഞ്ചനായിരുന്നാൽ മതിയെന്ന് മനസ്സിലിട്ട് തീരുമാനം മുറുക്കി.

"നിങ്ങൾ parents ഞങ്ങൾ മക്കൾക്ക് സ്വാതന്ത്ര്യം നിഷേധിക്കുന്നതിനെതിരെ കൗമാരക്കാരുടെ ഒരു സമ്മേളനം നടത്താൻ തീരുമാനമായിരിക്കുകയാണ്. വിപ്ലവം സൃഷ്ടിച്ചിട്ടായാലും ഞങ്ങൾക്ക് സ്വാതന്ത്ര്യം കിട്ടണം."

മകൾ ചോറ് നുള്ളിപ്പെറുക്കുന്നത് നോക്കി അമ്മ വ്യാകുലപ്പെട്ടു. തന്റെ അമ്മയുടെ, അമ്മൂമ്മയുടെ ജീവിതകഥകളിലെ സ്വാതന്ത്ര്യസമരവും പോരാട്ടവും ഓർത്തോർത്തെടുത്തു. അതിൽ, താൻ ഇന്ന് അഭിമുഖീകരിക്കുന്ന തന്റെ മകളുടെ സ്വാതന്ത്ര്യനിഷേധം ഗുരുതരമായി കാണാനുള്ള കാരണങ്ങൾ തിരഞ്ഞു. ശൂന്യമായ മനസ്സോടെ തീൻമേശയ്ക്കരികിൽ നിന്നും പിൻവാങ്ങി.

അന്ന് രാത്രി മനോജിന്റെ രസാഭിനയം നിറച്ച റീൽസ് കണ്ട് ചിരിച്ചുകൊണ്ടിരിക്കുമ്പോഴാണ് 'സംഗമം' ശ്രദ്ധയിൽപെടുന്നത്. ഇതുവരെ നേരിൽ കണ്ടിട്ടില്ലാത്ത ഇന്റർനെറ്റ്കൗമാരക്കാരുടെ സംഗമം. നാരായണി ആകാംക്ഷയിൽ മുങ്ങി. ഊണും ഉറക്കവും നഷ്ടപ്പെട്ട ദിനരാത്രികൾക്കൊടുവിൽ, കെങ്കേമമായിതന്നെ സംഗമം നടന്നു. പുതിയ വേഷത്തിലും ഭാവത്തിലും നാരായണി അവർക്ക് മുന്നിൽ പ്രത്യക്ഷപ്പെട്ടു. മനോജിനൊപ്പം സെൽഫി എടുക്കുമ്പോൾ അവളുടെ കൈകൾ വിറച്ചു. നീണ്ട കുറിപ്പുകൾക്കൊപ്പം പടങ്ങൾ എയറിലായി.

പിറ്റേന്ന് അമിതസന്തോഷത്തോടെ നാരായണിയെ കണ്ട അമ്മയ്ക്ക് ഭയം ഇരട്ടിച്ചു. പാതിരാത്രിയിലും വെളുപ്പിനെയും മകളുടെ അതിജാഗ്രതയോടെയുള്ള നിശ്വാസമർമ്മരങ്ങൾ അമ്മയുടെയും ഉറക്കം കെടുത്തി. മകളുടെ ഇതേ പ്രായത്തിലൂടെ താനും കടന്നുപോയത് ഓർമ്മയിലിട്ട് കഴുകിയെടുത്തുപരിശോധിച്ചു. ഭയം, അനുസരണ, ബഹുമാനം ഇതൊക്കെ

നഷ്ടപ്പെടുമ്പോൾ ആത്മഹത്യചെയ്യുന്ന സമയത്തിന്റെ, സ്നേഹത്തിന്റെ, വിശ്വാസത്തിന്റെ കണ്ണാടിയിൽ രൂപം കാണാതെപോകുന്ന, ഗിമ്മിക്കാകുന്ന മനുഷ്യജീവിതങ്ങൾ അവരുടെ മുന്നിൽതെളിഞ്ഞുവന്നു.

"ഇവിടെ 5G കിട്ടോ സാറെ?"

ജുവനൈൽ ഹോമിലെ സെല്ലിനുള്ളിൽ കയറുന്നതിനിടയിൽ നാരായണി ജയിലറോട് ചോദിച്ചു. അയാൾ അവളെ സൂക്ഷിച്ചുനോക്കി. പല്ലുകൾ കടിച്ചു പിടിച്ചു.

"കുട്ടീ... നിനക്കെങ്ങനെ സ്വന്തം അച്ഛനെയും അമ്മയെയും കൊല്ലാൻ കഴിഞ്ഞു?"

"സ്വാതന്ത്ര്യത്തിനുവേണ്ടി."

"എന്നിട്ട് സ്വാതന്ത്ര്യം കിട്ടിയോ?"

"അതെ കിട്ടി. എനിക്കിനി സ്വാതന്ത്ര്യത്തോടെ ഫോൺ ഉപയോഗിക്കാം. അച്ഛനോടും അമ്മയോടും പറയാതെ എവിടെവേണമെങ്കിലും പോകാം. അല്ലാ...സാറിന് മക്കളുണ്ടോ? അവരുടെ കൈയിൽ നിന്ന് ഫോൺ പിടിച്ചുവാങ്ങി വയ്ക്കാറുണ്ടോ?"

ജയ്‌ലർ ഒന്നുവിരണ്ടു. നാരായണിയെ സെല്ലിനുള്ളിലാക്കി പുറത്തിറങ്ങി. ഫോൺ എടുത്ത് ഭാര്യയെ വിളിച്ചു.

"ഹലോ..."

"പിള്ളേര് എന്തു ചെയ്യുന്നു അവിടെ?"

സന്ദേഹപ്പെട്ടുകൊണ്ട് ചോദിച്ചു.

"രണ്ടെണ്ണവും ഫോണിൽ പണിയാ. എന്താ ഇപ്പൊ വിളിച്ച് ചോദിക്കാൻ?"

"നീ അവരുടെ കൈയിൽ നിന്ന് ഫോൺ പിടിച്ചുവാങ്ങി വയ്ക്ക ഒന്നും ചെയ്യരുത്. നമുക്കവരെ പറഞ്ഞുമനസ്സിലാക്കാം."

"അല്ല, എന്തുപറഞ്ഞുമനസ്സിലാക്കാമെന്ന്? നിങ്ങൾക്കിത് എന്തുപറ്റി?"

"നീ ഒന്നും ഇങ്ങോട്ട് പറയാൻ നിൽക്കണ്ട. കുട്ടികളല്ലേ... അവരോട് സൂക്ഷിച്ച് ഇടപെടണം. അവരെ ചൊറിയാനൊന്നും പോവരുത്. ഞാൻ വന്നിട്ട് എല്ലാം ശരിയാക്കാം."

അയാൾ ഭാര്യയുടെ മറുപടി കേൾക്കാതെ ഫോൺ ചെവിയിൽ നിന്നും എടുത്തുമാറ്റി. സെല്ലുകളിൽ അവ്യക്തമായികണ്ട പരിചിതമുഖങ്ങളിൽ നിന്നും ഭയത്തോടെ കണ്ണുകൾ അടച്ചുപിടിച്ചു. പെട്ടെന്ന് കൈയിലിരുന്ന ഫോൺ നിലത്തുവീണ് പൊടിഞ്ഞു.

നിഴലാഴങ്ങൾ

അവളുമൊത്തുള്ള സായാഹ്നസവാരിക്കിടയിലാണ് ഇളം തവിട്ട് നിറമുള്ള ഒരു പൂച്ചക്കുഞ്ഞ് അവശനിലയിൽ വഴിയോരത്ത് കിടക്കുന്നത് കാണുന്നത്. ചത്തുപോകുമായിരുന്ന അതിനെ രണ്ട് കൈകളും കൊണ്ട് കോരിയെടുക്കുമ്പോൾ വല്ലാത്തൊരു ബന്ധുത്വം എന്നെ സ്പർശിച്ചതായി തോന്നി. പ്രതീക്ഷിച്ച പോലെ അവളുടെ എതിർപ്പ് ഇത്തവണയും എന്റെ കാതുകളടപ്പിച്ചു.

"ഇതിനെ എവിടെ ഇട്ട് വളർത്താനാണ് പുറപ്പാട്?"

നമ്മുടെ മുറിയിലെന്ന എന്റെ മറുപടിയെ അവൾ കണ്ണുകൾ കൊണ്ട് കുത്തിപ്പൊട്ടിച്ചു. ഞാൻ എങ്ങനെ വിയർക്കാതിരിക്കും! വാടക അവൾ ഒടുക്കുമ്പോൾ അതെങ്ങനെ നമ്മുടെ മുറിയാകും! അവളുടെ മാത്രം മുറി. വലിഞ്ഞുകേറി പാർക്കുന്നവനോടെന്നപോലെ അവൾ കലഹം പെയ്യുമ്പോൾ ഞാൻ സ്ഥിരമായി കാർമേഘമാകാറുണ്ട്. അവൾ പ്രകമ്പനംകൊള്ളുമ്പോൾ തണുത്തുറഞ്ഞ മഞ്ഞുകട്ടയായി ചൂടുകാത്തിരിക്കാറുണ്ട്. മരവിപ്പിന്റെ പുറന്തോട് പൊട്ടിച്ച് പുറത്തുവരാൻ ശ്രമിച്ചപ്പോഴല്ലേ വൈദ്യശാസ്ത്രം അവളെ കൂട്ടുപിടിച്ച് എന്നെ പിന്നെയും തളർത്തിക്കളഞ്ഞത്! മനസ്സ് ഇളകിമറിയവേ ഞാൻ ബോധപൂർവ്വം അവളോട് പറഞ്ഞു:

"ഒറ്റയ്ക്ക് ഒരു മനുഷ്യന് എങ്ങനെ ജീവിക്കാൻ കഴിയും? ഇടയ്ക്കിടയ്ക്ക് നീ എന്നെ കളഞ്ഞിട്ട് പോകുമ്പോൾ ഭ്രാന്തുവന്ന് ഞാൻ ചത്തുപോകുന്നു."

അവൾ എനിക്ക് മുഖംതരാതെ മുന്നിലൂടെ നടന്നു.

കൈയിലെ ചൂട് ശരീരത്തിൽ പുതച്ചപ്പോൾ പൂച്ചക്കുഞ്ഞ് നേരിയ കരച്ചിൽ പുറപ്പെടുവിച്ചു. അതിന്റെ കുഞ്ഞിക്കണ്ണുകൾ നനഞ്ഞിരുന്നു. എന്റെ മനസ്സൊന്ന് ശാന്തമായി.

"ഞാൻ നാളെ വീട്ടിൽ പോകുന്നു."

പിന്നിലേയ്ക്ക് തിരിഞ്ഞുനോക്കാതെ അവൾ പറഞ്ഞു. ഞാനൊന്ന് മൂളി.

പടിഞ്ഞാറ്റ് സൂര്യൻ ചന്ദ്രനിൽ അലിഞ്ഞലിഞ്ഞ് ചേരുന്നത് ഞാൻ കൊതിയോടെ നോക്കിനിന്നു. എന്റെ ചിന്ത ഇളക്കിക്കൊണ്ട് അവളുടെ ചോദ്യം നെഞ്ചിലേയ്ക്ക് അമ്പെയ്തുകേറി:

"ഡോക്ടർ എന്തു പറഞ്ഞു?"

വസന്തം മുഴുവനും കൊഴിഞ്ഞ് ശിഖരം മാത്രമായി ഞാൻ അവശേഷിച്ചപോലെ തോന്നി. എന്റെ കൈയിലിരുന്ന് ജീവിതത്തിനായി കൊതിക്കുന്ന സാധുജന്തുവിനോട് വല്ലാത്തൊരു സ്നേഹം വന്നുനിറഞ്ഞു. ഒരു തുള്ളി തണുത്ത ജലം എന്റെ വരണ്ട ചുണ്ടുകളെ സജീവമാക്കിയപോലെ!

"മരണം കാത്ത് കിടക്കുന്നവനെപ്പറ്റി ഡോക്ടർ എന്തു പറയാനാണ്! സ്നേഹം ഇല്ലാത്തിടത്ത് മരുന്നിന് എന്തു മാജിക് കാട്ടാൻ പറ്റും?"

തികട്ടിവന്നത് മുഴുമിപ്പിക്കാതെ ഞാൻ നിസ്സഹായനായി. അവൾ വളരെ ആലോചിച്ച് നുള്ളിപ്പെറുക്കിയെടുത്ത് മറുപടിയെറിഞ്ഞു:"ഞാൻ നിന്നെ ഒരുപാട് സ്നേഹിക്കുന്നു."

"അരുതായ്ക ഒന്നും ചെയ്തുകളയരുത്."

"എന്നെ കളിയാക്കുകയാണോ?"

"ആദ്യം നിന്റെ ചതുരംഗകളത്തിൽ നിന്നും എന്നെ എടുത്ത് പുറത്തേക്ക് വയ്ക്കൂ. എനിക്ക് ശ്വാസംമുട്ടുന്നു. ഒരു കാലാളിനെ നിനക്ക് എത്ര തവണ വെട്ടി തോല്പ്പിക്കണം?"

അവൾ മൗനിയായി. പത്തുപന്ത്രണ്ട് വർഷങ്ങൾക്ക് മുമ്പ് എന്റെ സ്നേഹം പിടിച്ചുവാങ്ങിയിട്ട് ഇന്ന് ഒരുതരി പോലും നഷ്ടപ്പെടുത്താതെ മുഴുവനായി തിരികെ തന്നുകൊള്ളാമെന്ന് അവൾ ഉറപ്പ് പറഞ്ഞിരിക്കുന്നു. ഞാൻ കൈയിലെ പൂച്ചക്കുഞ്ഞിനെയും അടക്കിപ്പിടിച്ച് നടന്നുനടന്ന് അവൾക്ക് മുന്നിലെത്തി.

ആകാശത്ത് സൂര്യൻ പൂർണ്ണമായി ചന്ദ്രന് വഴിമാറിയിരിക്കുന്നു.

"എനിക്ക് മരിക്കുന്നതുവരെ ആസ്വദിച്ചുജീവിക്കണം. എന്നോട് അതൃപ്തി തോന്നരുത്."

ഇത്തവണ അവൾ സത്യം തുറന്നുപറഞ്ഞു.

"ജീവിക്കുന്നവരൊക്കെ ജീവിക്കുന്നുവെന്ന് എന്താണ് ഉറപ്പ്?"

എന്റെ ചോദ്യം ഉത്തരത്തിനായി വലഞ്ഞു.

പ്രകൃതി കലുഷിതമായി. ഇടിവെട്ടി മഴ പെയ്തു. പൂച്ചക്കുഞ്ഞിനെ ഷർട്ടിനടിയിൽ പൊതിഞ്ഞുവച്ച് അവളുടെ നിഴൽ മാർഗ്ഗമാക്കി ഞാൻ പതിവുപോലെ മുന്നോട്ടുനടന്നു.

മയ്യത്തും ഖബറും

മയ്യത്ത് ഖബറിലേയ്ക്ക് ഇറക്കിവയ്ക്കാൻ തുടങ്ങുമ്പോൾ ഖബറിൽ നിന്നും ജല്പനങ്ങൾ ഉയർന്നുകേട്ടു. ആദ്യമായിട്ടൊരു മയ്യത്തിനെ സ്വീകരിക്കുന്ന ഖബറിന്റെ ബേജാറ് തുവരാത്ത വിയർപ്പിന്റെ വെളുത്തരികൾ പുലമ്പുന്നുണ്ട്. മയ്യത്തിന് നിശ്ചയമില്ല, എത്രയെത്ര ഖബറുകളിലാണ് തന്നെ ഇതിനോടകം അടക്കം ചെയ്തിരിക്കുന്നതെന്ന്. എല്ലാ ഖബറിനും തന്നെ താങ്ങാനുള്ള ശേഷി ഉണ്ടോ എന്ന് മയ്യത്ത് ചിന്തിച്ചതേയില്ല.

ഹൈദരലി അരക്ലാസ്സിലെ കുട്ടികളോട് 'പൊയ്ക്കോളീൻ... ബാക്കി നാളെ' എന്ന് ചട്ടം കെട്ടി പിരിഞ്ഞുപോയി. കുട്ടികൾ അത് കേട്ട സന്തോഷത്തിൽ വീട്ടിലേയ്ക്ക് പോകാൻ ക്ലാസ്സിൽ നിന്നും ഇറങ്ങി ഓട്ടം തുടങ്ങി. പെട്ടെന്ന് വെളുത്തുകിടന്ന ആകാശം കറുത്തു. ഒരു തുള്ളി മഴ ചീറ്റി. കുടയില്ലാത്ത കുട്ടികൾ വരാന്തയിൽ ഒതുങ്ങിനിന്നു. കാൽക്ലാസ്സിലെ ഫാത്തിമ ജനൽകമ്പിയിൽ പിടിച്ച് അകത്തേയ്ക്ക് നോക്കി. മുൻവരി പല്ലില്ലാത്ത മോണകാട്ടി ചിരിച്ചു.

'ഫാത്തിമേ...എന്താ അവിടെ നിക്കുന്നെ? കുട ഇല്ലേ?'

അഞ്ചാം ക്ലാസ്സുകാരി സമിത എതിരെയുള്ള നടവഴിയിൽ നിന്ന് ഉറക്കെ ചോദിച്ചു. ഫാത്തിമ സമിതയെ കൈകാട്ടി വിളിച്ചു.

മേൽത്തട്ടിൽ നിന്നും ഇറ്റിറ്റുവീഴുന്ന വെള്ളത്തുള്ളികളെ കൈക്കുള്ളിലാക്കി തെറിപ്പിച്ചുകളഞ്ഞുകൊണ്ട് സമിത ഫാത്തിമയുടെ അടുത്തെത്തി.

'സമിതാത്താ.... ദോ അങ്ങോട്ട് നോക്ക്...'

ഫാത്തിമ കൈചൂണ്ടിയയിടത്തേയ്ക്ക് നോക്കിയ സമിത പരിഭ്രമപ്പെട്ടുപോയി. മയ്യത്ത് ഖബറിലേയ്ക്ക് ഇറക്കുന്നതിന്റെ പ്രാവർത്തികമായ ക്ലാസ്സ് നടക്കുകയാണ് അകത്ത്. രണ്ടര ക്ലാസ്സിൽ പഠിക്കുന്ന സമീറയ്ക്ക് സെയ്ത് മുല്ല രഹസ്യമായി ക്ലാസ്സ് എടുക്കുന്നു.

സമിത ഫാത്തിമയുടെ കണ്ണുകൾ കൈകൾ കൊണ്ട് മറച്ചുപിടിച്ചു. ചോക്ക്പൊടി നിറഞ്ഞിരുന്ന ഡെസ്റ്റർ എടുത്ത് സെയ്ത് മുല്ലയുടെ മുഖത്തേയ്ക്ക് എറിഞ്ഞിട്ട് മറഞ്ഞുനിന്നു. മയ്യത്ത് വാതിൽ തുറന്ന് ഒറ്റയോട്ടം. തുള്ളിയെടുത്ത മാനത്തേയ്ക്ക് നോക്കി ഖബർ ആവർത്തിച്ച് നിസ്കരിച്ചു.

മിടുക്കിന്റെ പ്രത്യയശാസ്ത്രം

മീരയ്ക്ക് ഉത്തമനായ വരനെ തിരഞ്ഞുകണ്ടുപിടിക്കാൻ മാട്രിമോണിയൽ സൈറ്റിൽ രജിസ്റ്റർ ചെയ്ത് അച്ഛൻ പരമേശ്വരൻ ക്ഷമയോടെ കമ്പ്യൂട്ടർ സ്ക്രീനിൽ നോക്കി കാത്തിരുന്നു. ഇൻകം ടാക്സിൽ നിന്നും റിട്ടയർ ചെയ്ത ശേഷം മകളെപ്പറ്റി ചിന്തിച്ച് ആധി കയറ്റലാണ് പണി. അവൾക്ക് വിവാഹത്തോട് ആഭിമുഖ്യക്കുറവുണ്ടെന്ന് തോന്നിയതിൽ പിന്നെ അച്ഛന്റെ വയ്യായ്കയും ഇരട്ടിച്ചു. ഭാര്യ സിന്ധുവിന്റെ പരാതി ഇതൊന്നുമല്ല. മകൾക്ക് ഒരു ചായ കൂടി ഉണ്ടാക്കാൻ അറിയില്ല. ചെന്നു കയറുന്ന വീട്ടുകാർ വളർത്തുദോഷമായല്ലേ ഇതിനെ കണക്കാക്കൂ. അതിന് അവൾക്ക് പറയാൻ മറുപടിയാണോ ഇല്ലാത്തത്! ഞാനെന്തിന് വല്ലവരുടെയും വീട്ടിൽ ചെന്നുകയറണം? ഇതെന്തൊരു നാട്ടുനടപ്പാണ്! പെണ്ണിന്റെ വീട്ടിൽ പയ്യൻ വന്നുതാമസിക്കണം. അതിലെന്താണ് ഒരു കുഴപ്പമെന്ന് ചോദിക്കുമ്പോൾ, അമ്മയ്ക്ക് പറയാൻ മകൾ ആവശ്യപ്പെടുന്ന യുക്തിഭദ്രമായ മറുപടിക്ക് ദാരിദ്ര്യം നേരിടും. എങ്കിലും, അവർ വിടാൻ ഭാവമില്ലാതെ തുടരും. നിനക്ക് വയസ്സ് എത്രയായെന്ന് ബോധ്യമുണ്ടോ? ആ ചോദ്യത്തിന് മറുപടിയെന്നോണം അവളൊന്നു പൊട്ടിച്ചിരിക്കും. അമ്മയ്ക്കെത്രയാ വയസ്സെന്ന് അറിയോ? അമ്മയ്ക്ക് ഇഷ്ടപ്പെട്ട ഭക്ഷണം ഏതാ? യാത്രചെയ്തിട്ടുള്ള പത്ത് സ്ഥലങ്ങൾ പറയ്. ആരൊക്കെയാ ഇഷ്ടപ്പെട്ട സിനിമാനടീനടന്മാർ? മീരയുടെ നിർത്താതെയുള്ള ഈ ചോദ്യശ്രേണിയിൽ ഒരുപടിപോലും കയറാൻ കഴിയാതെ അവർ നിന്നു പരുങ്ങും. കുടുംബമായിരുന്നു തനിക്കെല്ലാം എന്ന ഉത്തരം മനസ്സിൽ അടക്കം ചെയ്ത് അവർ വരാന്തയിൽ പോയിരുന്ന് പത്രമെടുത്ത് മറിക്കും. ഇതെല്ലാം കേട്ട് മുറിയിലിരിക്കുന്ന അച്ഛൻ ശാന്തമായി ഇടപെട്ടുതുടങ്ങും.

"പെൺകുട്ടികൾ ഇങ്ങനെ തുടർന്നാൽ പാവം ആൺപിള്ളേരുടെ അവസ്ഥ എന്താകും!"

പുറമെ ഹാസ്യം കലർത്തി പരമേശ്വരൻ മകളെ പിൻപറ്റി പറഞ്ഞു തുടങ്ങും. അങ്ങനെ തുടരുന്ന സംഭാഷണങ്ങൾ ആ വീട്ടിൽ രണ്ട് വർഷ മായി മുറതെറ്റാതെ ആവർത്തിക്കപ്പെട്ടുന്നു.

ഒരുദിവസം, പരമേശ്വരൻ തന്റെ സുഹൃത്ത് നരേന്ദ്രനെ വിളിച്ച് മകളുടെ വിവാഹവിരക്തിയെപ്പറ്റി സംസാരിച്ചു. തനിക്ക് വയസ്സായെന്നും മകളുടെ വിവാഹം കണ്ട് കണ്ണടയ്ക്കണമെന്നാണ് ആഗ്രഹമെന്നും എല്ലാ അച്ഛനെപ്പോലെയും താൻ അവളുടെ കാര്യത്തിൽ ആകുലനാണെന്നും പറയുന്നതിനിടയ്ക്ക് നരേന്ദ്രൻ ഒരു സംശയം ഉന്നയിച്ചു. ആമുഖങ്ങളുടെ കള്ളികൾക്കിടയിൽക്കിടന്ന് എന്താണയാൾ പറയാൻ ശ്രമിക്കുന്നതെന്ന് പരമേശ്വരന് ബോധ്യപ്പെട്ടു. തന്റെ മകൾക്ക് പെണ്ണുങ്ങളെ മാത്രം ഇഷ്ട പ്പെടാൻ കഴിയുന്ന രോഗം ഉണ്ടോ എന്ന സന്ദേഹം വളരെ സൂക്ഷിച്ച്, കൂട്ടുകാരൻ മേമ്പൊടികൾ നീക്കി പറയുന്നതുകേട്ടപ്പോൾ പരമേശ്വരൻ നിർത്താതെചിരിച്ചു. നരേന്ദ്രൻ കരുതുന്നത് പോലെ താനൊരു യാഥാ സ്ഥിതികനായ അച്ഛനല്ലെന്നും മകൾക്ക് തന്നോട് എന്തും തുറന്നുപറയാ നുള്ള സ്വാതന്ത്ര്യം ഉണ്ടെന്നും അവൾ ലെസ്ബിയൻ ആണെങ്കിൽ തന്നെ തനിക്ക് അവളെ മനസ്സിലാകുമെന്നും അവൾക്കൊപ്പം നിൽക്കുന്ന ഒരാളാണ് താനെന്നും അയാൾ വിശദമാക്കിയപ്പോൾ, നരേന്ദ്രന്റെ മനസ്സിൽ തന്റെ മകന്റെ വെളിപ്പെടുത്തൽ കുടുങ്ങി. ദയവില്ലാത്തൊരു പിതാവായി താൻ വർഷങ്ങൾക്ക് മുമ്പ് മകനോട് ഇടപെട്ടതോർത്തപ്പോൾ പിതാവെന്ന നിലയിൽ അയാൾക്ക് സ്വയം പുച്ഛം തോന്നി.

ഒരു മനഃശാസ്ത്രജ്ഞനെന്ന രീതിയിലുള്ള സഹായമായിരുന്നു പരമേശ്വരൻ നരേന്ദ്രനിൽ നിന്നും ആവശ്യപ്പെടാൻ ആഗ്രഹിച്ചത്. എന്നാൽ അത് നടന്നില്ല.

ഒരാഴ്ച പിന്നിട്ടു. രാത്രിയിൽ അത്താഴം കഴിച്ചുകൊണ്ടിരിക്കുമ്പോൾ മീര അച്ഛനോട് തനിക്ക് വിവാഹത്തിന് സമ്മതമാണെന്നും എന്നാൽ ചില നിബന്ധനകൾ ഉണ്ടെന്നും അറിയിച്ചു. പരമേശ്വരൻ ഒരു പൊട്ടിച്ചിരി യോടെ നിബന്ധനകൾ വരവുവച്ചു.

സിന്ധു തന്റെ ഉത്കണ്ഠ ആവർത്തിച്ചപ്പോൾ വളരെ ലാഘവത്തോടെ പരമേശ്വരൻ മറുപടി പറഞ്ഞു:

"അവൾക്ക് ചായ ഉണ്ടാക്കാതെയും ജീവിക്കാൻ അറിയാം. നീ കണ്ടോ."

വിവാഹം കഴിഞ്ഞ് ഒരു മാസം പിന്നിടുമ്പോൾ തന്റെ മരുകളെ പ്പറ്റി അമ്മായിയമ്മക്ക് പറഞ്ഞാലും പറഞ്ഞാലും തീരാത്തത്ര മതിപ്പ്.

സിന്ധു സംശയിച്ചു. തന്റെ മകളെപ്പറ്റിതന്നെയാണോ ഈ പറയുന്നത്! യൂട്യൂബ് ശിശുവായ മീരയ്ക്ക് അമ്മായിയെ തൃപ്തിപ്പെടുത്താനും നല്ല ഭക്ഷണം ഉണ്ടാക്കാനും ഒക്കെ കഴിഞ്ഞതിനാലാണോ ഈ പ്രശംസ! ഒന്നും മനസ്സിലാകാതെ സിന്ധു വിഷമവൃത്തത്തിലായി. പരമേശ്വരന് മകളുടെ കാര്യത്തിൽ എന്താണിത്രയും ആത്മവിശ്വാസം!

മീരയുടെ വാട്സാപ്പ്, ഫേസ്ബുക്ക് സ്റ്റാറ്റസുകളിൽ അമ്മായിയമ്മയ്ക്കൊപ്പമുള്ള ചിത്രങ്ങൾ പതിവായി ഇടാറുണ്ട്. ഭർത്താവ് മരിച്ചതിനുശേഷം വിഷണ്ണയായി മാത്രമേ അവരെ എല്ലാവരും കണ്ടിട്ടുള്ളൂ. എന്നാൽ ഈ ചിത്രങ്ങളിൽ അവർ നന്നായി ഒരുങ്ങി, ജീൻസും ടീ-ഷർട്ടുമൊക്കെ ധരിച്ച് വളരെ സന്തോഷവതിയായാണ് കാണുന്നത്. നിറംമങ്ങിയ സാരിയില്ലാതെ അവരെ മറ്റു ബന്ധുക്കളൊന്നും ഇതിനുമുമ്പ് കണ്ടിട്ടില്ലതാനും. ഇപ്പോൾ പതിവായി മീരയ്ക്കൊപ്പം ഷോപ്പിങ്ങിനു പോകുന്നു, ബ്യൂട്ടിപാർലറിൽ പോകുന്നു, സിനിമയ്ക്ക് പോകുന്നു, ബന്ധുക്കളുടെ വീട്ടിൽ പോകുന്നു. ഉന്മേഷവതിയായി മാറിയിരിക്കുന്നു.

ഒരവധിദിവസം അച്ഛനും അമ്മയും മകളെ കാണാൻ അവളുടെ വീട്ടിൽ പോയി. അവിടെ കണ്ട കാഴ്ചയിൽ നിന്നും സിന്ധുവിന്റെ സംശയങ്ങൾ മുഴുവനും ഒറ്റനിമിഷംകൊണ്ട് അസ്ഥാനത്തായി. ഹാളിൽ മീരയുടെ അമ്മായിയമ്മ ഇരിപ്പുണ്ട്. രണ്ടുകണ്ണിലും വെള്ളരിക്കയുടെ കഷ്ണം വച്ചിട്ടുണ്ട്. മീര അടുത്തിരുന്ന് യൂട്യൂബ് നോക്കി അവരുടെ മുഖത്ത് പാല്പാടകൊണ്ട് തിരുമ്മുന്നു. അമ്മയെയും അച്ഛനെയും കണ്ടപാടെ അവരോട് ഇരിക്കാൻ പറഞ്ഞിട്ട് മീര അമ്മായിയമ്മയുടെ കണ്ണിൽ വച്ചിരുന്ന വെള്ളരിക്ക എടുത്ത് മാറ്റി. അവരാകട്ടെ, ആഹ്ലാദത്തോടെ മീരയുടെ അച്ഛനോടും അമ്മയോടും സംസാരിച്ചുതുടങ്ങി. മീര തനിക്ക് പിറക്കാതെ പോയ മകളാണെന്ന് പറഞ്ഞാണ് അവർ തുടങ്ങിയത്. അവൾ വന്നതിനുശേഷമാണ് തന്റെ സന്തോഷം തിരിച്ചുവന്നതത്രേ. അവർ എഴുന്നേറ്റ് ചായ ഉണ്ടാക്കാൻ അടുക്കളയിൽ പോയി. പിന്നെ ഉച്ചയ്ക്കുള്ള ചോറായി, കറികളായി, വൈകുന്നേരം ചായയും ലഘുഭക്ഷണവും കഴിച്ച് അച്ഛനും അമ്മയും പിരിയുന്നതുവരെയും മീര അടുക്കളയിൽ കയറിയിട്ടില്ല. അവർ പോകാനിറങ്ങുമ്പോഴും അമ്മായിയമ്മ ഓർമിപ്പിച്ചു:

"മീരമോള് മിടുക്കിയാ."

ഇത്രയും മിടുക്ക് തനിക്കുണ്ടായിരുന്നില്ലെന്ന് വ്യസനിച്ച് സിന്ധു ഭർത്താവിനോടൊപ്പം അവിടുന്ന് ഇറങ്ങുമ്പോൾ അന്നും ഇന്നും നരച്ച സാരിയിൽ തുടരുന്ന തന്റെ അമ്മായിയമ്മയെയാണ് ഓർത്തത്. ഭക്ഷണം

വച്ചുകൊടുത്തിട്ടും വീട്ടിലെ സകലജോലിചെയ്തിട്ടും തന്നോട് തെല്ല് മതിപ്പില്ലായിരുന്ന അമ്മായിയെ. ചായ ഉണ്ടാക്കാതെയും തന്റെ മകൾക്ക് ജീവിക്കാൻ അറിയാമെന്ന ഭർത്താവിന്റെ മുൻകരുതൽ മനസ്സിലോർത്ത് ചിരിച്ചു. തന്റെ അമ്മായിയമ്മയെക്കൊണ്ട് മിടുക്കിയെന്നു പറയിക്കാനുള്ള ആലോചനയിൽ അവർ ഒരുനിമിഷം മുഴുകി.

കാക്കത്തൊള്ളായിരം

"ഒന്ന്... രണ്ട്... മൂന്ന്..."

ഒ.പി. മുറിയിൽ തനിക്കെതിരെ ഇരിക്കുന്ന മധ്യവയസ്കന്റെ കാൽ വിരലുകൾ ചെരുപ്പിന്റെ സ്ട്രാപ്പിന് പുറത്തുകൂടെ അവൾ എണ്ണിക്കൊണ്ടിരുന്നു.

"പപ്പാ..."

എന്തോ രഹസ്യം പറയാനെന്നോണം അവൾ അയാളുടെ മടിയിൽ ചാരിയിരുന്ന് ചുണ്ടുകൾ കാതോടടുപ്പിച്ചു.

"പപ്പച്ചിക്ക് എത്ര വിരലുകൾ ഉണ്ട്?"

കുറുമ്പിന്റെ ലാളിത്യം ബാക്കിനിർത്തി അവൾ ചോദിച്ചു.

"പപ്പിച്ചിക്ക് മൂന്ന്."

അവൾ അയാളുടെ കണ്ണുകളിലും കൈവിരലുകളിലും സംശയത്തോടെ മാറി മാറി നോക്കി. അയാൾ തന്റെ വിരലുകൾ ഓരോന്നായി നീട്ടിവച്ച് പറഞ്ഞു:

"ഇത് എന്റെ വാവച്ചി വിരൽ. ഇത് അമ്മച്ചി വിരൽ. ഇത് പപ്പച്ചി വിരൽ."

അവൾ ശ്രദ്ധയോടെ കേട്ടിരുന്നു. ലാളിത്യം വഴിമാറിയൊഴുകിയ ഇളംചുണ്ടിൽ ഗൗരവം നിറഞ്ഞു.

"വാവച്ചിക്ക് എത്ര വിരലുകൾ ഉണ്ടെന്ന് പപ്പച്ചിക്ക് അറിയോ?"

പൊടുന്നനെയായിരുന്നു അവളുടെ ചോദ്യം.

ആകാംക്ഷ വറ്റിയ അവളുടെ മുഖം അയാൾ നെഞ്ചോട് ചേർത്തുപിടിച്ചു. അയാളെ ഞെട്ടിച്ചുകൊണ്ട് നിഷ്കളങ്കമായ ചിരി പൊട്ടിച്ച് അവൾ പറഞ്ഞു:

"കാക്കത്തൊള്ളായിരം."

ഒരു നിമിഷം സ്തബ്ധനായിരുന്ന അയാൾ അവളുടെ വിരലുകളില്ലാത്ത കൈപ്പത്തിയിൽ അമർത്തി ചുംബിച്ചു.

വെള്ളാരംകല്ല്

കാണാതായ ഒരു വസ്തുവിനെച്ചൊല്ലിയുള്ള തർക്കം ചെന്നെത്തിയത് മരണാനന്തരചടങ്ങുകൾക്ക് മുന്നേ ബന്ധങ്ങൾ ഉപേക്ഷിച്ച് പിരിയണമെന്ന സഹോദരങ്ങളുടെ പിടിവാശിക്കുമുന്നിലാണ്.

“തള്ള മരിച്ച് മൂന്നിന്റന്ന് മക്കള് പണത്തിന് വേണ്ടി നെലോളി കൂട്ടുന്നത് നിങ്ങള് പടിച്ച ഏത് മര്യാതേടെ പുറത്താണ് പിള്ളരെ?”

തൊട്ടടുത്തെ കിഷമ്മാക്കൻ മുള്ളുവേലിയ്ക്കപ്പുറം നിന്ന് തലയിൽ കൈവച്ച് വിളിച്ചുചോദിച്ചു.

“അക്കൻ ഇവിടത്തെ കാര്യം നോക്കാതെ പോയാട്ടെ. ഇത് ഞങ്ങള് നോക്കിക്കോളാം.”

“നിങ്ങള് നോക്കിക്കോളീൻ. സരസമ്മ നിങ്ങളെ വളർത്തിയ കഷ്ട പ്പാട് കണ്ടറിഞ്ഞിട്ടൊള്ളോണ്ട് പറഞ്ഞതാ. ഞാമ്പോണ്.” അവർ തോളത്തു കിടന്ന തോർത്ത് എടുത്ത് കണ്ണുനീർ തുടച്ച് നടന്നുപോയി.

വീട്ടുമുറ്റത്ത് സരസമ്മയുടെ ഏഴ് പെൺമക്കളും അവരുടെ ഭർത്താക്ക ന്മാരും മക്കളുമായി ചെറിയൊരു ജനാവലി തന്നെയുണ്ട്. മുറ്റത്ത് ഇറക്കി വച്ചിരുന്ന അലമാരയും മൺചട്ടികൾ ഉൾപ്പെടെയുള്ള വീട്ടുസാമഗ്രികളും വീണടഞ്ഞുകിടക്കുന്ന ചില്ലുപാത്രങ്ങളും മക്കളുടെ പോരിന്റെ തീക്ഷ്ണത വ്യക്തമാക്കി. ഒൻപതു വയസ്സുള്ള രാധികയ്ക്ക് വഴക്കുകൂടുന്ന വീട്ടുകാരെയും ബന്ധുക്കളെയും കണ്ടപ്പോൾ സങ്കടമായി. ഇന്ന് വെളുപ്പിനുകൂടി ചേച്ചിമാർ ക്കൊപ്പം വീട്ടുപറമ്പിലൂടെ ഒന്നിച്ചുനടന്നതും ചീനിപ്പൊട്ട് പറിച്ച് നെറ്റിയിൽ തൊട്ടതും ആമയും മുയലും തത്തമ്മയുമൊക്കെ ചെടികളിൽ നിന്നും നോക്കി ക്കണ്ടുപിടിച്ചതും ഓർത്തപ്പോൾ അവൾക്ക് കരച്ചിൽ അടക്കാൻ കഴിഞ്ഞില്ല. അവൾ അമ്മയുടെ കൈ വിടുവിച്ച് അമ്മാമ്മയുടെ കല്ലറയ്ക്കരികിൽ ചെന്നു നിന്നു. അതിന്റെ പുറത്ത് ഉരുകിയൊലിച്ച് വീണുകിടന്ന മെഴുക് നഖം കൊണ്ട് ചുരണ്ടിമാറ്റി.

"അമ്മ മരിക്കണേന്റെ തലേന്നും ഞാൻ നോക്കിയതാ. അത് അലമാരയിലാണ് ഇരുന്നത്. വെള്ളത്തുണിക്കുള്ളിൽ പൊതിഞ്ഞു വച്ചിരുന്നതാ. ആ പവിഴക്കല്ല് ആരെടുത്തതാണെങ്കിലും എനിക്ക് വേണം."

അന്തരീക്ഷം കാർമേഘപടലം കൊണ്ട് മൂടി. കുടുംബത്തിൽ ഐശ്വര്യവും സമാധാനവും ഉണ്ടാകുമെന്ന പരസ്യം കണ്ട് മൂന്നു കൊല്ലങ്ങൾക്ക് മുമ്പ് സരസമ്മ നല്ല വിലകൊടുത്ത് വാങ്ങിസൂക്ഷിച്ചുവച്ചിരുന്ന പവിഴകല്ല് ഇത്രയും പ്രശ്നമുണ്ടാക്കുമെന്ന് അവർ ഒരിക്കലും പ്രതീക്ഷിച്ചുകാണില്ല.

"അമ്മയെ ഏറ്റവും കൂടുതൽ നോക്കിയത് ഞാനാണ്. അത് എനിക്ക് അവകാശപ്പെട്ടതാണ്."

ബന്ധുക്കളുടെ സ്വരസംക്രമം രാധികയെ അലോസരപ്പെടുത്തി. അവൾ അമ്മാമ്മയുടെ പേര് കൊത്തിവച്ചിരിക്കുന്നതിൽ തൊട്ടുതലോടിക്കൊണ്ടിരുന്നു. അലമാരയിലിരുന്ന സാരികൾ കവറുകളിൽ നിറഞ്ഞു. ഉച്ചയ്ക്ക് തുടങ്ങിയ പ്രതിഷേധപ്രകടനങ്ങൾ നാലഞ്ചു മണിവരെ നീണ്ടു. വിശപ്പ് തോന്നിത്തുടങ്ങിയപ്പോൾ ഓരോരുത്തരായി പിരിഞ്ഞ് അകത്തു കയറാൻ തുടങ്ങി. ടി.വി. യുടെ നിലവിളി ഏറിയും കുറഞ്ഞും കേട്ടു. ചായ ഉണ്ടാക്കി മൂത്ത സഹോദരി എല്ലാവരെയും വിളിച്ചു. പല മുറികളിൽ ചിതറിക്കൂടിയവർ ഭക്ഷണമുറിയിൽ ഒത്തുകൂടി. രാധികയെ മാത്രം കാണുന്നില്ല. എല്ലാവരുടെ മുഖത്തും പരിഭ്രമം നിഴലിച്ചു. വീട് മുഴുവനും അന്വേഷിച്ചു. രാധികയുടെ അമ്മ നിലവിളിച്ചുകരഞ്ഞു. സഹോദരങ്ങൾ സമാധാനിപ്പിച്ചു. നേരം ഏറെ കഴിഞ്ഞു. ഭയം കൂടിക്കൂടിവന്നു. മഴക്കോളിൽപ്പെട്ട് ചുറ്റുപാടും കറുപ്പ് മൂടി.

വീടിനു തൊട്ടുതാഴെയുള്ള മഞ്ഞക്കുളത്തിൽ കുളിക്കാൻ പോയ മായമ്മ മരണവീട്ടിൽ കയറി കുശലാന്വേഷണം നടത്തി.

"രാധികക്കുട്ടി കുളക്കരയിൽ പിടിപ്പത് പണിയിലാണല്ലോ."

വീട്ടുകാർ വെപ്രാളത്തോടെ കുളക്കരയിലേയ്ക്ക് ഓടി. അവർ രാധികയുടെ അടുത്തെത്തിയതും അവൾ പൊട്ടിക്കരയാൻ തുടങ്ങി.

"ഇതാ അമ്മാ... ഇതില് നിറയെ കല്ലുകൾ ഉണ്ട്. കളഞ്ഞുപോയ കല്ലിനു വേണ്ടി ഇനി ചണ്ട പിടിക്കോ?"

പല ആകൃതിയിലുള്ള വെള്ളാരംകല്ലുകൾ നിറച്ചുവച്ച കൂടാരം അവൾ അവർക്കുനേരെ നീട്ടി.

മറുത്തൊരക്ഷരം മിണ്ടാൻ കഴിയാതെ എല്ലാവരും ഒന്നിച്ച് രാധികയെ കെട്ടിപ്പിടിച്ചു. കാർമേഘം പൊട്ടി തുള്ളികൾ ചിതറി.

പൊറോട്ടയും തൊട്ടുകൂട്ടാനും

"അമ്മമ്മാ... നിക്കും വാങ്ങിത്തരോ ആ ചേട്ടന്റെ കയ്യിരിക്കണ സാദനം?"

ഹോട്ടൽ മുറിയിൽ കഴിച്ചുകൊണ്ടിരിക്കുമ്പോൾ രശ്മിണിയുടെ കൈയിൽ തട്ടി മൂന്നരവയസ്സുള്ള കൊച്ചുമകൻ ചോദിച്ചു. അത് കേട്ടപാടെ രശ്മിണി ഒരു ഞെട്ടലോടെ അവൻ കൈചൂണ്ടിയ ദിശയിലേയ്ക്ക് നോക്കി. കഴിഞ്ഞ ദിവസം ബസ്സിൽ യാത്ര ചെയ്യുമ്പോൾ അവരെ കൊച്ചുമകൻ ശരിക്കും ഞെട്ടിച്ചിരുന്നു. കണ്ടക്ടറുടെ കൈയിൽ ഇരിക്കുന്ന ടിക്കറ്റ് എടുക്കുന്ന മെഷീൻ വേണമെന്നായിരുന്നു വാശി.

മോനേ...കുട്ടികൾക്ക് കളിക്കാനുള്ളതല്ല അത്, അമ്മമ്മ ചോദിച്ചാൽ ആ മാമൻ തരില്ല, പുറത്തുനിന്നു വാങ്ങിത്തരാം...അങ്ങനെ പലതും പറഞ്ഞ് അവർ മകനെ സാന്ത്വനപ്പെടുത്താൻ ശ്രമിച്ചു. അവൻ അതൊന്നും കേൾക്കാൻ കൂട്ടാക്കിയില്ല. ശ്വാസംപിടിച്ചുവച്ച് കരയാൻ തുടങ്ങി. രശ്മിണി പേടിച്ച് തന്റെ സ്റ്റോപ്പ് എത്തുന്നതിനുമുമ്പേ അവനെയും എടുത്തുകൊണ്ട് ബസ്സിൽ നിന്നും ഇറങ്ങുകയാണുണ്ടായത്. ഇന്ന് മിക്കവാറും കഴിക്കാതെ പോകേണ്ടിവരുമെന്ന് ഉറപ്പിച്ച് രശ്മിണി വിഷമിച്ചു. മകൻ ആവശ്യപ്പെട്ടുന്നത് ന്യൂഡിൽസ് കഴിക്കാനുള്ള ചോപ്പ് സ്റ്റിക്കും ഫോർക്ക് സ്പൂണുമാണ്. മോനേ...നമ്മൾ ഊണല്ലേ കഴിക്കുന്നത്, അത് നമുക്ക് തരില്ല... ഈവക ന്യായങ്ങൾ പറഞ്ഞ് അവന്റെ വാശി കെടുത്താൻ പറ്റില്ലെന്ന് രശ്മിണിയ്ക്ക് ഉറപ്പുണ്ടായിരുന്നു. അവർ അവന്റെ മുഖത്തുനോക്കി ചിരിച്ചു.

"അതിനെന്താ അമ്മമ്മ വാങ്ങിത്തരാല്ലോ! മോൻ ഇതൊന്ന് കഴിച്ചേ."

ഒരുരുള ചോറ് അവർ അവനുനേരെ നീട്ടി.

"എനിക്ക് ആ ആന്റി കയിക്ക്ന്നത് മതി."

തൊട്ടടുത്തിരുന്ന സ്ത്രീ കഴിക്കുന്നത് ചൂണ്ടിക്കാട്ടി പറഞ്ഞു. രശ്മിണി ഒന്ന് ആശ്വസിച്ചു.

"അതിനെന്താ വാങ്ങിത്തരാം"

അവർ പൊറോട്ടയാണ് കഴിക്കുന്നത്.

"മോൻ ഈ കാണിച്ചേ..."

പൊറോട്ട കഴിക്കാനുള്ള പല്ല് മോന് വന്നിട്ടില്ലെന്ന് രുഗ്മിണി പറഞ്ഞില്ല. വെയിറ്റർക്ക് ഒരു പൊറോട്ടയുടെ ഓർഡർ കൊടുത്തു. പൊറോട്ട മേശപ്പുറത്തു വന്നപ്പോൾ ആന്റീടെ മറ്റേ കൈയിലിരിക്കണ തൊട്ടുകൂട്ടാൻ കൂടി വേണമത്രേ. വെയിറ്റർ തന്റെ കൈയിലിരുന്ന മൊബൈൽ ഫോൺ പോക്കറ്റിൽ തിരുകി ചിരിച്ചുകൊണ്ട് അവിടുന്ന് കടന്നുകളഞ്ഞു.

"ആന്റിയുടെ കൈയിലിരിക്കുന്നത് പൊറോട്ടയുടെ കൂടെ കിട്ടില്ല മോനേ. അത് ആന്റി വീട്ടീന്ന് കൊണ്ടുവന്നതാ. കുഞ്ഞിന്റെ അമ്മ ലീവിന് വരുമ്പോ വാങ്ങിക്കൊണ്ടുവരാൻ പറയാ ട്ടോ."

രുഗ്മിണി പാടുപെട്ട് പറഞ്ഞു. അവൻ അതൊന്നും മുഖവിലയ്ക്കെടുക്കാതെ കരച്ചില് തുടങ്ങി.

കഴിഞ്ഞ അവധിക്ക് നാട്ടിൽ വരുമ്പോൾ മോനെ വീഡിയോകാളിൽ കണ്ടുസംസാരിക്കാനായി രുഗ്മിണിയുടെ മകൾ ഏൽപ്പിച്ച ടച്ച് ഫോൺ അവരുടെ വളർത്തുനായയുടെ നഖംകൊണ്ട് പൊട്ടിപ്പോയിരുന്നു. എത്ര വിലപിടിപ്പുള്ളതെന്നു പറഞ്ഞാലും ഉപയോഗിക്കാൻ അറിയില്ലെങ്കിൽ അതുകൊണ്ട് ഒരു ഗുണോമില്ലെന്ന് രുഗ്മിണി തന്റെ മകളോട് സംസാരിക്കുമ്പോഴൊക്കെ പറയുമായിരുന്നു. അമ്മ ഭക്ഷണം കഴിപ്പിക്കാനിരിക്കുമ്പോൾ കൈയിലിരിക്കുന്ന ടച്ച് ഫോൺ തൊട്ടുനീക്കുന്നത് മകനാണ്. ടി. വി. കാണുമ്പോൾ, കഴിക്കുമ്പോൾ, തന്നെ കുളിപ്പിക്കുമ്പോൾ, പാല് തരുമ്പോൾ ഒക്കെ അമ്മയുടെ കൈയിലിരിക്കുന്ന സാധനം അവന്റെ ഉത്സാഹം കൂട്ടുമായിരുന്നു. അമ്മ കഴിക്കുമ്പോൾ ഇടതുകൈയിൽ മുറുകെ ചേർത്തുപിടിച്ചിരിക്കുന്ന ഫോണാണ് അവന്റെ ഓർമ്മയിൽ ഏറെയും. അങ്ങനെ ഒരു ദിവസം അമ്മ അവനെ ഊട്ടിക്കൊണ്ടിരുന്നപ്പോഴാണ് അവൻ അതിനെ തൊട്ടുകൂട്ടാൻ എന്ന് വിളിക്കുന്നതും.

രുഗ്മിണി തന്റെ കൈയിലിരുന്ന ബേസ് മോഡൽ ഫോൺ മോന്റെ കൈയിൽ കൊടുത്ത പാടെ ഇതല്ല ആന്റീടെ കൈയിലിരിക്കുന്നതെന്ന് പറഞ്ഞ് ഫോൺ എടുത്ത് ഒരേറ്. അത് ആന്റി കഴിക്കാനെടുത്ത പൊറോട്ടയുടെ പുറത്ത് പോയിരുന്നു. രുഗ്മിണി പിൻതിരിഞ്ഞുനോക്കാതെ അവനെയും എടുത്ത് അവിടെ നിന്ന് ഒരു വിധത്തിൽ രക്ഷപ്പെട്ടു.

നിശാപുഷ്പം

"നാട്ട്... അമ്മ സുഖായിരിക്കുന്നോ?"

പെട്ടെന്ന് ആ വയോധികന്റെ ശബ്ദത്തിലെ പരിഹാസം ഒലിപ്പീരിനോടൊപ്പം ക്ഷുമ്പിയടർന്നുവീണു.

"അവരെവിടെയെങ്കിലും സുഖമായിരിക്കുന്നുണ്ടാകും. ഇനി ചത്തുപോയോന്നും അറിഞ്ഞൂടാ."

ഓട്ടോറിക്ഷയുടെ പിന്നിലിരുന്ന് യാതൊരു ഭാവവ്യത്യാസവും കലരാതെയാണ് അവൾ തുടക്കം മുതൽ ഓട്ടോ ഡ്രൈവറോട് സംസാരിച്ചത്.

"ഇടത്തോട്ട്..."

മേട്ടുക്കട ജംഗ്ഷനിൽ നിന്നും വണ്ടി ഇടത്തേയ്ക്ക് തിരിഞ്ഞു. സ്ട്രീറ്റ് ലൈറ്റുകൾ ഒരുപാടുള്ള സ്വകാര്യവീഥിയിലൂടെ മുന്നോട്ട് പൊയ്ക്കൊണ്ടിരിക്കുമ്പോഴാണ് അവൾ അയാളെ ഭാഗികമായി ശ്രദ്ധിക്കുന്നത്. പൂർണ്ണമായും നരച്ച തലമുടി. മെലിഞ്ഞ രൂപം. മുഷിഞ്ഞ കാക്കി. വിയർപ്പിന്റെ മണം.

"ഇനിയും കുറേ പോണോ?"

മുന്നിലെ മിററിലൂടെ അയാൾ അവളെ നോക്കി.

"രണ്ടാമത്തെ വളവുംകഴിഞ്ഞ് പോണം."

മൊബൈൽ ഫോണിന്റെ പൗച്ചിനുപുറകിലെ മുഖക്കണ്ണാടിയിൽ നോക്കി ചായം തേച്ചുപിടിപ്പിക്കുന്നതിനിടയിൽ അവൾ പറഞ്ഞു. അയാൾക്ക് അവളോട് എന്തൊക്കെയൊ ചോദിക്കാനും അന്വേഷിക്കാനും ഉണ്ടായിരുന്നു. പക്ഷേ, തന്റെ ഓട്ടോയിൽ അവൾ കയറിയതുമുതലുള്ള രംഗങ്ങൾ ഓർത്തെടുത്തപ്പോൾ അയാളുടെ ശബ്ദം വരണ്ടു. കൈകാലുകൾ വിറച്ചു. ഓർമ്മകൾ ഖനനം ചെയ്യപ്പെട്ടു.

ആദ്യമായാണ് അവൾ അയാളുടെ ഓട്ടോയിൽ യാത്ര ചെയ്യുന്നത്. ചെറുപ്പക്കാരുടെ, മധ്യവയസ്കരുടെയൊക്കെ ഓട്ടോയ്ക്ക് പിന്നിലിരുന്ന് പോകുമ്പോൾ അവളിൽ പതിവായി ഭയത്തിന്റെ ഇടിത്തീ വീഴും. ഓട്ടോസ്റ്റാൻഡിൽ നിരനിരയായി കിടന്ന ഓരോ ഓട്ടോയും മാറി മാറി നോക്കി, അലിവ് തോന്നിയ വൃദ്ധന്റെ കണ്ണുകളെ വിശ്വസിച്ച് ഒരെണ്ണത്തിൽ കയറി ഇരിക്കുമ്പോൾ സീനിയോരിറ്റിയുടെ ജല്പനങ്ങളും വികലനോട്ടങ്ങളും അവൾക്കേറ്റില്ല. പിന്നിലേയ്ക്കെടുത്ത് ഒന്നുകുലുങ്ങി വെടിവേഗത്തിൽ മുന്നോട്ടു പോകുന്ന ഓട്ടോയ്ക്കൊപ്പം അവളുടെ മനസ്സും നിയന്ത്രണത്തിലായി.

"ഇന്ന് എവിടെയാണ് ആറാട്ട്?"

അവളുടെ കണ്ണുകൾ പിടികൊടുക്കാതെ മറഞ്ഞുപൊയ്ക്കൊണ്ടിരിക്കുന്ന നക്ഷത്രങ്ങളെ ഓടിതോൽപ്പിക്കുകയായിരുന്നു.

അയാൾ പുറകിലത്തെ കമ്പിക്കിടയിലൂടെ അവളുടെ കാൽമുട്ടിൽ കൈ അമർത്തി. അവൾ അനങ്ങാതെ ഇരുന്നു.

"എല്ലാവരും തൊടുന്നതാ. ചേട്ടനും തൊട്ടൂന്ന് വച്ച് എനിക്ക് നഷ്ടപ്പെടാനൊന്നുമില്ല."

അയാൾ അർഥം വച്ചൊന്ന് മൂളി.

"ഇന്നാരാ കസ്റ്റമറ്?"

അയാൾ രഹസ്യമായി ചോദിച്ചു.

"പൈസ കിട്ടുമെങ്കി ചേട്ടനായാലും വിരോധമില്ല."

അയാളുടെ കണ്ണുകളിലെ ആർദ്രത കെട്ടുപോകുന്നത് അവൾക്ക് കാണാമായിരുന്നു. അയാൾ ഇടതുകൈ കൊണ്ട് സിഗരറ്റ് എടുത്ത് ചുണ്ടിൽ വച്ചു. ലൈറ്റർ കത്തിച്ചു. പുക ഇളുത്തുവിട്ടു. നിരാശയുടെ വെളുത്ത പുകയിൽ നോക്കി അയാൾ മൂകത വെടിഞ്ഞു.

"എവിടെയാ താമസം?"

വെളിച്ചം മരിച്ച് നിശ്ശബ്ദമായിത്തീർന്ന കോൺക്രീറ്റ് സമുച്ചയങ്ങളിൽ അവളുടെ കണ്ണുകൾ വലയംവച്ചു.

"പറയാൻ മാത്രം ഒരിടമില്ല. ലോകം മുഴുവൻ തറവാടാണ്."

അയാൾ കണ്ണാടി താഴ്ത്തി അവളുടെ അവിടെയും ഇവിടെയും സൂക്ഷ്മ പരിശോധന നടത്തി.

"സ്റ്റാൻഡിൽ അത്രയും ഓട്ടോ കിടന്നിട്ട് എന്റേല് തന്നെ കേറിയത് മറ്റുള്ളവർക്ക് അത്ര പിടിച്ചിട്ടില്ല."

അവൾ ശബ്ദമില്ലാതെ ചിരിച്ചു. ആക്സിലേറ്ററിന്റെ ബലം അയച്ച് അയാൾ പിന്നിലേയ്ക്ക് ചാരിയിരുന്നു.

"ജനിച്ചതും വളർന്നതുമൊക്കെ എവിടെയാ?"

സാരിയിലെ തിളക്കമുള്ള ലെയ്സുകളിലൂടെ ചുവന്ന ക്യൂട്ടക്സ് നഖങ്ങൾ ഉരസിനീങ്ങി. ചിരിയൊട്ടിയ കവിളുകൾ അപ്രസന്നമായി.

"വളർന്നതൊക്കെ ഓർക്കുമ്പോ... ജനിക്കണ്ടായിരുന്നെന്ന് തോന്നിപ്പോകും. അമ്മവീട് കൊറ്റിയിലാ."

അയാളുടെ കണ്ണുകളിൽ ആർദ്രത പിന്നെയും കൂടുകെട്ടി.

"കൊറ്റിയിലെവിടാ?"

"ദേവീക്ഷേത്രത്തിന് താഴെ. ആൽമരം കഴിഞ്ഞുള്ള കനാൽ റോഡ്."

അയാൾ പിന്നിലേയ്ക്ക് തിരിഞ്ഞുനോക്കി.

"അവിടൊക്കെ എനിക്ക് പച്ചവെള്ളം പോലറിയാം. കെ.എസ്.ആർ. ടി.സി.യിൽ നിന്ന് റിട്ടയർ ചെയ്ത ഗോപാലന്റെ വീടിന്റെ...?"

"തൊട്ടടുത്ത്."

തണുത്തു വിറച്ച അയാളുടെ മോണകൾ കൂട്ടിയിടി അവസാനിപ്പിച്ചു.

"ലളിതയുടെ...?"

"മകൾ."

അവൾ ഭാവവ്യത്യാസം കൂടാതെ ഉത്തരം പൂരിപ്പിച്ചു. ഇന്റർലോക്ക് ചെയ്ത നിരത്തിലൂടെ വെപ്രാളപ്പെട്ടാണ് വാഹനം അവളുടെ നിർദ്ദേശം പാലിച്ച് പാഞ്ഞത്. അമ്മ സുഖമായിരിക്കുന്നോ എന്ന ചോദ്യത്തിന് അവളു പറഞ്ഞ മറുപടി ഒരു പെണ്ണിന്റെ മുഴുവൻ സങ്കടങ്ങളിലൂടെയും അയാളെ സഞ്ചരിപ്പിച്ചു. അവൾ ദൂരെ കാണുന്ന ഒരു ഗേറ്റ് കൈചൂണ്ടി ഇറങ്ങേണ്ട ഇടം വ്യക്തമാക്കി. അയാൾ അത് ശ്രദ്ധിക്കുന്നുണ്ടായിരുന്നില്ല.

"അച്ഛന്റെ പേര് മാത്രം ഓർമ്മയിലുണ്ട്. ബാബു. അമ്മയെ ചതിച്ചതാത്രേ. എന്നെ നോക്കാൻ അമ്മയെക്കൊണ്ട് പാങ്ങില്ലാതായപ്പൊ വീട്ടിലെന്നെ തനിച്ചാക്കി എങ്ങോട്ടോ പോയി. അന്നെന്നെ കൊന്നുകളഞ്ഞാൽ മതിയായിരുന്നു. പിന്നീടുള്ള കാലം ഇളയപ്പനെന്നു പറഞ്ഞുവന്ന ഒരാളാണ് എന്നെ നോക്കിയത്. അയാൾ എന്റെ ഇളയപ്പനൊന്നും ആയിരുന്നില്ലെന്ന് തിരിച്ചറിഞ്ഞപ്പൊ ഞാൻ ശരിക്കും നിസ്സഹായയായിപ്പോയി. ചതിയൻ!"

അവളുടെ ശബ്ദത്തിൽ കനംകൂടിനിന്ന കോപാഗ്നിയുടെ പൊള്ളലേറ്റ് അയാൾ വിയർത്തു.

"മോളെ നിനക്ക് സന്തോഷമുണ്ടോ?"

മറ്റെന്തൊക്കെയോ ചോദിക്കാൻ തീർച്ചപ്പെടുത്തിയതാണ്. പക്ഷേ, ചോദിച്ചുതുടങ്ങിയപ്പോൾ അയാൾക്ക് വിഷയം മാറി. വാക്കുകൾ പതറിപ്പോയി.

"എന്താണ് കാരണവരേ... ഇങ്ങനൊന്നുമായിരുന്നില്ലല്ലോ എന്നോട് മിണ്ടിക്കൊണ്ടിരുന്നത്?"

അവൾ ചോദ്യത്തിനു പിറകെ നിർത്താതെ ചിരിച്ചു.

"ദേ ഇവിടെത്തന്നെ. നിർത്തിക്കെ."

അവൾ വണ്ടിയിൽ നിന്നുമിറങ്ങി പേഴ്സ് തുറക്കുന്നതിനിടയിൽ പറഞ്ഞു:

"ആരും എന്നെപ്പറ്റി ചോദിക്കാറില്ല. എന്റെ അച്ഛനും നിങ്ങളുടെ പ്രായം ഉണ്ടാകും."

അവൾ രണ്ട് ഇരുന്നൂറ് രൂപാ നോട്ട് അയാൾക്ക് നേരെ നീട്ടി. അയാൾ അത് വാങ്ങി പോക്കറ്റിൽ ഒളിപ്പിച്ചു. വലിയ ഗേറ്റ് തുറന്ന് അവൾ പോകുന്നത് അയാൾ നോക്കിയിരുന്നു. വണ്ടി പിന്നിലോട്ട് കിതച്ചു.

ചന്ദ്രനെ കാണാനില്ലാത്ത ആകാശത്തിൽ നക്ഷത്രങ്ങൾ പേടിച്ചൊളിക്കുന്നു. നിശാപുഷ്പങ്ങളുടെ മണം. തീർത്തും അജ്ഞാതമായ നഗരവീഥികൾ.

സ്റ്റാൻഡിൽ തിരിച്ചെത്തിയ അയാളോട് ഉറക്കമുപേക്ഷിച്ച കണ്ണുകൾ കോർത്തു.

"ഇന്ന് ...ബാബുവിന് കോളടിച്ചല്ലോ!"

അയാളുടെ ഹൃദയം നുറുങ്ങി.

എസ്പറൻസ

ഉറക്കത്തിൽ നിന്ന് വെപ്രാളപ്പെട്ട് കണ്ണുകൾ തള്ളിത്തുറക്കുമ്പോൾ സ്വപ്നത്തിൽ കണ്ട അയാളുടെ രൂപം നേരിയ വെളുപ്പിൽ പുതച്ച് കറുത്ത അന്തരീക്ഷത്തിൽ വെട്ടിത്തെളിഞ്ഞുവന്നു. വെറുതെയെങ്കിലും പലപ്പോഴായി സ്വയം പറഞ്ഞിട്ടുണ്ട്, അയാൾ ഒന്ന് ചത്തുപോയിരുന്നെങ്കിൽ എന്ന്! പക്ഷേ, സമാധാനപൂർവ്വമിരിക്കുമ്പോൾ അതൊന്ന് സങ്കല്പിക്കാൻ കൂടി കഴിയുകയില്ല. ഒന്നുമില്ലെങ്കിലും അയാൾ എന്റെ ഭർത്താവല്ലേ! മിന്നുവിന്റെ പ്രിയപ്പെട്ട അച്ഛനല്ലേ!

"അമ്മാ...അച്ഛ എപ്പൊഴാ വരണേ?"

അവൾ അച്ഛൻ കുട്ടിയാണ്. അച്ഛനെ മതി. അല്ല, അച്ഛനെ മാത്രം മതി. ഡ്യൂട്ടി കഴിഞ്ഞ് പാതിരാത്രിയാണ് അയാൾ വീട്ടിൽ എത്തുക. അതുവരെയും അവൾ ഭക്ഷണം പോലും കഴിക്കാതെ അയാൾക്ക് വേണ്ടി കാത്തിരിക്കും. അച്ഛൻ വേണം കഥകൾ പറഞ്ഞുകൊടുത്ത് അവളെ ഉറക്കാൻ.

"മോളെ...അച്ഛൻ താമസിക്കും. നീ ഉറങ്ങിക്കോ"

എന്നുപറയുമ്പോൾ അവളുടെ മിഴിച്ചൊരു നോട്ടമുണ്ട്. എന്നിട്ട് ചിത്രം വരയ്ക്കുന്ന ബുക്കിൽ കൈചൂണ്ടി പറയും:"ആന...ആന..."

ഇല്ല, എനിക്ക് കഴിയില്ല, അവൾ പറയുന്ന ആനയെ വരച്ചുകൊടുക്കാൻ. അവളെയും മുതുകിലെടുത്ത് മുട്ടിന്മേലിരുന്ന് ആന കളിക്കാനും എന്നെക്കൊണ്ടാവില്ല.

കാളിങ്ബെല്ലിന്റെ ശബ്ദം കേട്ടപാടെ അവളുടെ കുഞ്ഞിക്കണ്ണുകൾ തിളങ്ങി. വാതിൽ തുറന്നു നോക്കിയപ്പോൾ ഞാനൊന്നു വിരണ്ടുപോയി. ഡോ. യോഗദത്തൻ നമ്പൂതിരി. എനിക്കെന്റെ അറപ്പും ദേഷ്യവും നിയന്ത്രി

ക്കാൻ കഴിയുമെന്ന് കരുതിയതല്ല. കതക് വലിച്ചടക്കാൻ തോന്നി. എന്നാൽ, മിന്നുവിന്റെ അച്ഛനെ ഓർത്ത് മാത്രം ക്ഷമിച്ചു.

"ഡോക്ടർ എന്താ ഈ നേരത്ത്?"

അയാൾ എന്റെ ചോദ്യം കേൾക്കാത്തതുപോലെ കാറിന്റെ മുൻവശം ചേർന്ന് നിൽപ്പ് തുടർന്നു. സാധാരണ മദ്യപിക്കുമ്പോഴാണ് അയാൾക്ക് തന്റെ കീഴിൽ ജോലി ചെയ്യുന്ന സ്റ്റാഫുകളുടെ ഭാര്യമാരെയും മക്കളെയും അർദ്ധരാത്രി കാണണമെന്നുള്ള കൗതുകം ഉദിക്കാറ്. അങ്ങനെ ഒരു രാത്രിയിലാണ് മാന്യവേഷം ചമഞ്ഞ് അയാൾ മിന്നുവിനെ കാണണമെന്ന് അവളുടെ അച്ഛനോട് പറയുന്നതും. ശുദ്ധനായ മിന്നുവിന്റെ അച്ഛൻ ഏകദേശം പന്ത്രണ്ട് മണി സമയത്ത് മോളെ കാണിക്കാൻ അയാളെ കൂട്ടിക്കൊണ്ട് വീട്ടിൽ വന്നു. അന്ന് മോളെ ഒക്കത്ത് എടുത്തുകൊണ്ടുവന്ന എന്നെ അയാളുടെ കഴുകൻകണ്ണുകൾ അടിമുടി പരതുന്നതുകണ്ടപ്പോൾ തന്നെ ഡോക്ടറുടെ അസുഖം എനിക്ക് ബോധ്യമായതാണ്. അതിനുശേഷം ഇന്നാണ് അയാൾ വീട്ടിലേയ്ക്ക് വരുന്നത്.

"എനിക്കവനെ കാണണം. അവനോട് ഇറങ്ങി വരാൻ പറ."

അയാൾക്ക് വാക്കുകൾ നാവിൽ നിന്ന് പിടുത്തംവിട്ടുപോകുന്നുണ്ടായിരുന്നു. ചുവന്ന കണ്ണുകൾ എന്നെ മുഴുവനായി വിഴുങ്ങുന്നത് അറപ്പോടെ ഞാൻ നോക്കി. ബോധമില്ലാതെ നിൽക്കുന്ന അയാളോട് സംസാരിക്കുന്നതിലെ നിരർത്ഥകതയോർത്ത് ഞാൻ വാതിലടയ്ക്കാൻ തിരിഞ്ഞതും മിന്നുവിന്റെ അച്ഛന്റെ ബൈക്ക് ഗേറ്റ് നടയിൽ വന്നുനിന്നു. എന്റെ കൈയിൽ നിന്നും കുതറിയോടാൻ ശ്രമിച്ച മിന്നുവിനെ ഞാൻ കൈകൾക്കിടയിൽ അമർത്തിപ്പിടിച്ചു. അവൾ കൈകൾ ഉയർത്തി അച്ഛനെ വിളിച്ചു. ഞാൻ അവളെയും കൊണ്ട് അകത്തേയ്ക്ക് കിതച്ചുകയറി. വെളിയിലേയ്ക്ക് ഓടാൻ നിർബന്ധംപിടിച്ച് കൈകാലുകളിട്ടടിച്ച അവളെ ഞാൻ തുടയിൽ കിഴുക്കി. കീഴ്ച്ചുണ്ട് മലർത്തിപ്പിടിച്ച് കരയാൻ തുടങ്ങിയപ്പോൾ നെറ്റിയിൽ ഒരുമ്മ കൊടുത്തു. നാല് വയസ്സുള്ള കുഞ്ഞിനോട് വേറെ എന്തുപറയാനാണ്? അച്ഛന്റെ ചീത്ത സുഹൃത്താണ് പുറത്തുവന്നുനിൽക്കുന്ന തെന്നോ? അമ്മയും അച്ഛനും കുടുംബ പ്രശ്നങ്ങളുടെ നടുവിൽ വേർപിരിയാനുള്ള നിയമനടപടികളിലാണെന്നോ? പാവം എന്റെ കുഞ്ഞ് എന്ത് തെറ്റുചെയ്തു!

ഏറെ നേരം കഴിഞ്ഞാണ് അയാൾ അകത്തേയ്ക്ക് വന്നത്. സാധാ രണ വീട്ടിൽ വന്നുകയറിയാലുടൻ അന്നാമ്മോ എന്ന് വിളിച്ച് മിന്നുവിനെ കോരിയെടുത്ത് ചുംബിക്കുകയാണ് പതിവ്. എന്നാൽ, ഇന്ന് അതുണ്ടാ

യില്ല. വന്നയുടൻ ഷൂസ് പോലും അഴിക്കാതെ കിടക്കയിലേയ്ക്ക് വീണു. മോളുടെ വാടിയ മുഖം എന്റെ ഉള്ള് നീറ്റി. രാത്രിയിലെപ്പൊഴൊ അയാൾ എന്നെ കൈകൾ കൊണ്ട് അടുപ്പിക്കാൻ ശ്രമിച്ചു. പതിവുപോലെ ഞാൻ ഒഴിഞ്ഞുമാറി. എന്നാൽ, അയാളുടെ രതിമടയിൽ നിന്ന് എനിക്കൊരിക്കലും രക്ഷപ്പെടാൻ സാധിക്കാറില്ല. സങ്കടത്തോടെ ഞാൻ അയാൾക്ക് കീഴടങ്ങുകയാണ് പതിവ്. അതിനൊക്കെ ശേഷം എന്റെ സങ്കടമെല്ലാം അയാളോടുള്ള സ്നേഹമായി രൂപാന്തരപ്പെടുന്ന മാന്ത്രികത എനിക്ക് പിടിപെടുകയും ചെയ്യും. അയാളെ ആ സമയങ്ങളിൽ ഞാനറിയാതെ ലാളിച്ചുപോകും. സ്നേഹിച്ചുപോകും. മനസ്സും ശരീരവും അയാളിൽ കീഴടങ്ങിപ്പോകും. അതൊഴിച്ചുള്ള സമയങ്ങളിൽ എനിക്ക് അയാളെയൊ അയാൾക്ക് എന്നെയൊ അംഗീകരിക്കാനൊ മനസ്സിലാക്കാനൊ കഴിയാറുമില്ല.

ഏറെക്കുറെ നേരംവെളുക്കാൻ തുടങ്ങിയപ്പോൾ കിടപ്പുമുറിയിലെ പ്രകമ്പനങ്ങൾ നിലച്ചു.

അയാളോട് ഒന്നുമിണ്ടാൻ പലപ്പോഴും ഞാൻ ശ്രമിക്കാറുണ്ട്. ഒന്നിച്ചു ജീവിക്കണമെങ്കിൽ കുറച്ചെങ്കിലും ആശയവിനിമയം ഉണ്ടാകണ്ടേ! അയാൾക്കതിന് സമയമില്ല. എന്നോട് മാത്രം മൗനം കെട്ടിമുറുക്കുമ്പോൾ, അയാൾക്ക് വരുന്ന ഓരോ ഫോൺ കാളിനെയും വാട്സ്ആപ്പ് സന്ദേശങ്ങളെയും ഞാൻ ഗൗനിക്കാറുണ്ട്. സൗഹൃദസംഭാഷണങ്ങൾക്കും ഔദ്യോഗികകാര്യങ്ങൾക്കും അയാൾ മണിക്കൂറുകൾ വകമാറ്റിവയ്ക്കുമ്പോൾ എനിക്ക് പറയാനുള്ളതെല്ലാം പതിവായി ഞാൻ ചിന്തേരിടും. ഒടുവിലായി അയാൾ എന്നോട് മിണ്ടിയത് ഞാൻ ഓർക്കുന്നു. മിന്നുവിന് ആനയെ കാണണമെന്ന് കൗതുകമുണർന്നപ്പോൾ ആനക്കോട്ടയിൽ പോയ ദിവസം. അന്ന് ഒരു ഫോൺ കാൾ വന്നതിനുപിന്നാലെ അയാൾ എന്നോട് മിണ്ടി:

"ഉടനെ വീട്ടീ പോണം. വള്ളിയാ വിളിച്ചത്. അമ്മ വീണ് തല പൊട്ടിയത്രെ."

ജീവിതം തുടങ്ങി ഇതുവരെയും അയാൾ എന്നെയൊ ഞാൻ അയാളെയൊ ആശ്വസിപ്പിച്ചിട്ടില്ല. അതുകൊണ്ടുതന്നെ അയാൾ ഇപ്പറഞ്ഞതിനു മറുപടിയായി ഒന്നു മൂളിയതല്ലാതെ മറ്റൊന്നും പറയാൻ എനിക്ക് അറിയില്ലായിരുന്നു. രാത്രികളിൽ പോലും ശരീരങ്ങൾ തമ്മിൽ മാത്രം മിണ്ടിപ്പോരുന്ന നമുക്ക് എങ്ങനെ പരസ്പരം ആശ്വസിപ്പിക്കാൻ കഴിയാനാണ്!

മൗനത്തിന്റെ വിടവാങ്ങലുകളുടെ ഏറ്റവും ഒടുവിലത്തെ ദിവസം! നിയമപരമായ വിവാഹമോചനത്തിന്റെ തലേന്നാൾ. മിന്നുവിന് ഒരുപാട്

ഉടുപ്പുകളും കളിപ്പാട്ടങ്ങളും മിഠായികളും വാങ്ങിയാണ് അയാൾ വന്നത്. ഏറെ നേരം അവളോടൊപ്പമിരുന്ന് കളിച്ചു. രാത്രിയിൽ ബോധപൂർവ്വം ഞാൻ അയാളോട് ഒട്ടിക്കിടന്നു. എന്നാൽ, അയാൾ എന്നെ സ്പർശിക്കുക കൂടി ചെയ്യാതെ തിരിഞ്ഞുകിടന്നു. മുറിക്കുള്ളിലെ നേരിയ വെളിച്ചത്തിൽ എനിക്കയാളുടെ കണ്ണുകൾ കാണാമായിരുന്നു. കൃഷ്ണമണികൾ ഓടിനീങ്ങുന്നത് എന്നെ പരിഭ്രമപ്പെടുത്തി. ഞാൻ മനഃപൂർവ്വം അയാളുടെ നെറുകിലും കണ്ണുകളിലുമൊക്കെ അമർത്തി ചുംബിച്ചു. എന്നാൽ, അയാൾ നിർവികാരത തുടർന്നു. എനിക്ക് അയാളെ കെട്ടിപ്പിടിച്ച് കരയാൻ തോന്നി. എന്നോട് എന്തുകൊണ്ടാണ് ഇത്രയും വിരോധമെന്ന് ചോദിച്ചറിയാൻ തോന്നി. പക്ഷേ, ഒന്നിനും എനിക്ക് കഴിയുന്നില്ല. നാവ് ആരോ പൂട്ടിയിട്ട മാതിരി വെപ്രാളംകൊണ്ടു.

അയാളുടെ ഫോൺ ആവർത്തിച്ച് ശബ്ദിച്ചു. അയാൾ കിടക്കയിൽ നിന്നുതന്നെ കൈ എത്തി ഫോൺ എടുത്ത് ചെവിയിൽ വച്ച് കുറേ നേരം അനങ്ങാതിരുന്നു. എന്നിട്ട്, വരണ്ട സ്വരത്തിൽ പറഞ്ഞു:

"ശരി. ഞാൻ രാവിലെ വിളിക്കാം."

അയാൾ ഫോൺ മാറ്റിവച്ചു. ഞാൻ വീണ്ടും അയാളെപ്പറ്റിച്ചേർന്നു തന്നെ കിടന്നു. ഏതാനും നിമിഷങ്ങൾക്ക് ശേഷം അയാൾ എന്നെ കൈകൾ കൊണ്ട് ചേർത്തുപിടിച്ചു. ഞാൻ ആശ്വസിച്ചു. വാർദ്ധക്യം ബാധിച്ച പതറലോടെ അയാൾ വാക്കുകൾ പെറുക്കിവച്ചു:

"യോഗദത്തൻ നമ്പൂതിരിയുടെ..."

മുറിഞ്ഞുപോയ വാക്കുകൾ അയാൾ കരുതലോടെ പൂരിപ്പിച്ചു:

"ഭാര്യയാണ് വിളിച്ചത്. അവൾ... അവൾ ഗർഭിണിയാണ്."

ഞാൻ ശബ്ദിക്കാതെ കിടന്നു.

"എനിക്കവളെ ഇഷ്ടമാണ്. നമ്മുടെ വിവാഹത്തിന് മുമ്പ് തന്നെ..."

അയാൾ തുടർന്നുപറയുന്നതിനുമുമ്പ് ഞാൻ അയാളെ ഒന്നുകൂടി ചേർത്തുപിടിച്ചു.

"അതൊന്നും എന്നോട് പറയണ്ട. എന്നോട് ഒന്നു മിണ്ടിയാ മാത്രം മതി. എത്ര കാലമായി, ഒന്നു മിണ്ടാനും പറയാനും ആരുമില്ലാതെ ഞാൻ വീർപ്പുമുട്ടുന്നു! എനിക്ക് നിങ്ങളെ പിരിയാൻ വയ്യ. അത്രയും ഇഷ്ടമാണ്. നിങ്ങളുടെ സ്വകാര്യതകളിലും ഞാൻ ഇടപെടില്ല. അതിന്റെയിടയിൽ എന്നെയൊന്നു പരിഗണിച്ചാൽ മാത്രം മതിയായിരുന്നു."

അയാളുടെ കണ്ണുകൾ നിറഞ്ഞ് ഞാൻ അതിൽ മുഴുവനായും നനഞ്ഞു. പതിവിന് വിപരീതമായി ഈ രാത്രിയിൽ ഞങ്ങളുടെ മനസ്സ് കോർക്കലു കൾക്കിടയിൽ ശരീരങ്ങൾ കൊരുക്കാൻ മറന്നുപോയി. ആറുവർഷങ്ങ ളുടെ പരിഭവപർവ്വം ഉരുകിയൊലിച്ച് തീർന്നിരിക്കുന്നു. അയാൾ എന്നെ കൈകൾക്കിടയിൽ കോർത്തുപിടിച്ച് പറഞ്ഞു:

“നാളെ പത്ത് മണിക്കാണ് ഒപ്പിടാൻ പോകേണ്ടത്.”

അയാൾക്കൊപ്പം ഞാനും ചിരിച്ചു.

അജഗജാന്തരം

ഗോപൻ ചോറ് ഉരുട്ടിക്കഴിച്ചുകൊണ്ടിരിക്കെ, സ്റ്റീൽക്കപ്പ് എടുത്ത് മേശപ്പുറത്ത് ഒരടി. അടുപ്പത്ത് കനലൂതി നിന്ന ഭാര്യ മോളി ഓടി വന്ന് അയാളുടെ ഇടതുകൈയോട് ചേർന്നിരുന്ന ജഗ്ഗിൽ നിന്ന് കപ്പിലേയ്ക്ക് വെള്ളം പകർന്നു. അതെടുത്ത് കുറച്ച് കുടിച്ച ശേഷം ശബ്ദമില്ലാതെ ഗോപൻ കപ്പ് താഴെ വച്ചു. മോളി തിരികെ അടുപ്പിന്റെ മൂട്ടിലേയ്ക്ക് നടന്നു. ചോറുണ്ടുകഴിഞ്ഞ് ഗോപൻ അഴിഞ്ഞുതുടങ്ങിയ പേശയും മുറുക്കിപ്പിടിച്ച് എഴുന്നേറ്റു. പാത്രത്തിന്റെ ഒരു മൂലയിൽ പൂച്ചയ്ക്കോ പട്ടിക്കോ കൊടുക്കാനെന്നോണം മീൻകറിയിൽ കുഴച്ച് ഒരുപിടി മാറ്റിവച്ചിരുന്നു. ചുറ്റിലും പൂക്കളമിട്ട മാതിരി എച്ചിൽ വിതറിയിട്ടിരിക്കുന്നു. മോളി നൈറ്റിയുടെ തുമ്പ് കൊണ്ട് വിയർത്തൊട്ടിയ കഴുത്തും നെറ്റിയും തുടച്ചു. ഭർത്താവ് കഴിച്ചുവച്ച പാത്രത്തിൽ കലത്തിൽ നിന്ന് ഒരു തവി ചോറ് കൂടി തട്ടി. അടുക്കള വാതിൽ തുറന്നിട്ട് ആട്ടുകല്ലിനോട് ചേർന്നുകിടന്ന പലകയിലിരുന്ന് കഴിക്കാൻ തുടങ്ങി. പുറത്തുനിന്ന് കോഴിക്കാട്ടത്തിന്റെ നാറ്റം ഇടയ്ക്കിടെ അകത്തേയ്ക്ക് ഇരമ്പിക്കയറുന്നുണ്ട്. മോളിയുടെ മുഖത്ത് അതിന്റെ മടുപ്പില്ല. ഇടതുകൈ കൊണ്ടു കോഴിയെ വിരട്ടിയോടിച്ചുകൊണ്ട് ഉരുളയുരുട്ടി

റിമോർട്ട് കസേരയിൽ തട്ടുന്നതിന്റെ ശബ്ദം. മോളി എഴുന്നേറ്റ് ചോറ്റുപാത്രം പലകയിൽ വച്ച് ഹാളിലേയ്ക്ക് ചെന്നു. ഗോപൻ ടി. വി. ഓൺ ചെയ്യാൻ ആംഗ്യം കാട്ടി. മോളി അനുസരിച്ചു. തിരികെ വീണ്ടും അടുക്കളയിലേയ്ക്ക്. മോളിയുടെ മുഖത്തെ നിർവികാരതയിൽ കഴിഞ്ഞ മുപ്പത് കൊല്ലത്തിന്റെ ദാമ്പത്യജീവിതത്തിലെ അസ്വാരസ്യങ്ങൾ തെളിഞ്ഞുകിടന്നു. അയാൾ പുറപ്പെടുവിക്കുന്ന ശബ്ദങ്ങൾക്കനുസരിച്ച് ആവശ്യം തിരിച്ചറിഞ്ഞ് നിറവേറ്റാൻ അവർ ഇതിനോടകം പഠിച്ചുകഴിഞ്ഞിരുന്നു.

അകത്തെ മുറികളുള്ളിൽ നിന്നും മകനും മരുമകളും ഹാളിലേയ്ക്ക് പ്രവേശിച്ചു. അവൻ അവളുടെ ഷൂലേസ് കെട്ടിക്കൊടുക്കുന്നതു കണ്ട ഗോപൻ പിറുപിറുത്തു:'പുത്തനച്ചി പുരപ്പുറം തൂക്കും'

അവൾ അയാളെയൊന്നുനോക്കി.

"അച്ഛാ, ഇവന്റെ പാസ്പോർട്ട് റെഡി ആയിട്ടുണ്ട്. മിനിമം ഒരു മാസത്തിനുള്ളിൽ ഞാൻ ഇവനെ കാനഡയിൽ കൊണ്ടുപോകും."

അയാൾ ദേഷ്യത്തോടെ റിമോട്ട് മേശമേൽ എറിഞ്ഞു. മോളി ഹാജരായി. അയാൾ ഗൗരവം നിറച്ച് ക്ഷോഭിച്ചു:"പെമ്പിള്ളരായാ മര്യാദവേണം. ഭർത്താവിനെ ബഹുമാനിക്കാൻ പഠിപ്പിച്ചിട്ടില്ലേ നെന്റെ വീട്ടുകാര്? അതൊ അച്ഛനെയും പേര് പറഞ്ഞാണോ വിളിക്കുകയെന്ന് ആർക്കറിയാം? വേഷം കണ്ടാ പിന്നെ പറയേം വേണ്ട."

അവൾ അതുകേട്ട് പൊട്ടിച്ചിരിച്ചു.

"അച്ഛനെന്താ അമ്മയോട് മര്യാദ കാണിക്കാത്തത്? അമ്മ മാത്രം അച്ഛനോട് മര്യാദ കാണിച്ചാൽ മതിയോ? തിരിച്ച് വേണ്ടേ?"

അയാൾക്ക് അതൊരു അപമാനമായി തോന്നി. ടി. വി. യുടെ ശബ്ദം കൂട്ടിവച്ച് അയാൾ മിണ്ടാതെ ഇരുന്നു.

"അച്ഛൻ പുറത്തെ മാറ്റങ്ങളൊന്നും അറിയാത്തതുകൊണ്ടാണ് ഇങ്ങനൊക്കെ സംസാരിക്കുന്നത്."

അയാളിൽ അപമാനഭീതി കൂടിക്കൂടി വന്നു. അയാൾ പൊട്ടിത്തെറിച്ചു.

"നീ എന്നെ പഠിപ്പിക്കാൻ വന്നതാ? എടീ മോളീ നീ ഇവക്ക് മര്യാദ പറഞ്ഞു കൊടുക്കുന്നോ? അതോ...?"

മോളി അയാളെയൊന്ന് സൂക്ഷിച്ചു നോക്കി.

"നീയെങ്കിലും അവനേം വിളിച്ച് ഇവിടന്ന് രക്ഷപ്പെട്ടു പോ പെണ്ണേ."

പിന്നാമ്പുറത്തു നിന്ന് ഒരു പിടക്കോഴിയുടെ കൂവൽ കേട്ടു. ചാവലുകൾ ഭയന്ന് കൂട്ടത്തോടെ കൂട്ടിനുള്ളിലേയ്ക്ക് കയറി.

അടപ്പ്

"അടപ്പില്ലാത്ത കുപ്പിയുമായി ഇതെങ്ങോട്ടാണ് പോക്ക്?"

അസംബ്ലി ഹാളിനുള്ളിൽ കയറാൻ തുടങ്ങിയ സന്ധ്യയെ പ്രിൻസിപ്പൽ ചോദ്യം തൊടുത്തി വാതിൽക്കൽ തടഞ്ഞുനിർത്തി. എന്താണ് അയാൾ ഉദ്ദേശിച്ചതെന്ന് ഭാഗികമായി മനസ്സിലാക്കി, നല്ലതൊന്നുമാകില്ലെന്ന ഉറപ്പോടെ അവൾ അയാളെ ഭയത്തോടെ നോക്കി. അയാളുടെ കുഴിഞ്ഞു താഴ്ന്ന രണ്ട് കണ്ണുകൾ അവളുടെ ശരീരത്തിലെ സ്വകാര്യതകളിലൂടെ ഞരങ്ങുന്നതുകണ്ട അവൾക്ക് പെണ്ണത്വത്തോടു പുച്ഛവും നാണക്കേടും തോന്നി. അസംബ്ലി ഹാളിൽ നിറഞ്ഞിരുന്ന എല്ലാവരും കേട്ടു, അയാൾ തന്നെ പരിഹസിക്കുന്നത്. ഷാൾ പുതയ്ക്കാത്ത തന്റെ മാറിടത്തെ അടപ്പില്ലാത്ത കുപ്പിയോട് ഉപമിച്ചത്. എന്നിട്ടും മുഖത്ത് തെളിഞ്ഞ അമർഷങ്ങളിൽ നിന്നും ഒരു തരിപോലും അയാളുടെ മേലെ ചീറ്റിക്കാനുള്ള ധൈര്യമില്ലാതെ എല്ലാവരും നിവർന്നിരുന്ന് അവളെ സഹതാപത്തോടെ നോക്കി. അവളുടെ കാഴ്ച മറഞ്ഞു. രോഷംകൊണ്ട് പുരികം വിറച്ചു. വാർത്ത വായിച്ചുകൊണ്ടിരുന്ന മഹാദേവൻ നിശബ്ദനായി. അധ്യാപകരെല്ലാം വായിൽ കൈവച്ചു. വിദ്യാർത്ഥികളുടെ കണ്ണുകൾ പുറത്തുവന്നു. പ്ലച്ചനെ ഒരു ശബ്ദം കേട്ടതാണ്. സന്ധ്യ പ്രിൻസിപ്പാളിന്റെ ചെകിട് പൊട്ടിച്ചു.

ബി.എ. ഇംഗ്ലീഷിൽ അഡ്മിഷനെടുത്ത ആദ്യദിവസം. വളരെ സന്തോഷത്തോടെയും ഇഷ്ടവിഷയം പഠിക്കാൻ തുടങ്ങുന്നതിന്റെ ആകാംക്ഷയോടെയുമായിരുന്നു സന്ധ്യ കോളേജിൽ ചേർന്നത്. സർക്കാർ കോളേജിലെ രാഷ്ട്രീയച്ചുറ്റുപാടുകൾക്കും, വിദ്യാർത്ഥി പ്രസ്ഥാനങ്ങൾക്കും, സ്വാതന്ത്ര്യ പ്രഖ്യാപനങ്ങൾക്കും വിജാതീയമായ നിലപാടാണ് താൻ പഠനം തുടരാൻ പോകുന്ന കോളേജിലുള്ളതെന്നത് ആദ്യദിവസം തന്നെ തിരിച്ചറിയാൻ കഴിഞ്ഞു. അതിലൊരനിഷ്ടം തോന്നിയില്ലെങ്കിലും കോളേജധികാരി

യുടെ ഇടപെടലുകളിൽ ആദ്യമേ വല്ലാത്തൊരസ്വാസ്ഥ്യം തോന്നിയിരുന്നു. അഡ്മിഷൻ എടുക്കാൻ വന്ന ഒരു വിദ്യാർത്ഥിയോട് പ്രിൻസിപ്പാൾ സംസാരിക്കുന്നത് യാദൃശ്ചികമായി കേട്ടതുമുതൽ സന്ധ്യ അസ്വസ്ഥയായിരുന്നു.

"ആരാ കൂടെ വന്നത്?"

തന്റെ ബ്രദറാണെന്ന് മറുപടി കൊടുത്ത ക്ഷണത്തിൽ തന്നെ അയാളുടെ സംശയം:

"ബ്രദർ തന്നെയാണോ എന്ന് ഞാൻ വീട്ടിൽ വിളിച്ച് ചോദിക്കണോ?"

"ചോദിച്ചോ സർ."

ആ ഉത്തരം അയാളെയൊന്നടക്കി. അധ്യാപകരൊക്കെ വിദ്യാർത്ഥികൾക്ക് മാതൃകയാണെന്ന അവളുടെ ആദ്യത്തെ അനുമാനം തെറ്റിപ്പോയ ദിവസമായിരുന്നു അത്.

ക്ലാസ്സ് തുടങ്ങി രണ്ടാഴ്ച വളരെ ബുദ്ധിമുട്ടിയാണ് കടന്നുപോയത്. ആസ്വദിച്ച് പഠിച്ചിരുന്ന സന്ധ്യ വളരെ കഷ്ടപ്പെട്ട് പഠിക്കാൻ തുടങ്ങി. പ്രിൻസിപ്പാളിനെ അഭിമുഖീകരിക്കാൻ കഴിയാത്തതുകൊണ്ട് അവൾ കോളേജിൽ മിക്കവാറും വരാതെയായി. ലീവ് ലെറ്റർ കൊടുക്കുമ്പോൾ ഇതുവരെയും ഒരധ്യാപകരും തന്നോട് ഇടപെട്ടിട്ടില്ലാത്ത ഭാഷയിൽ, അശ്ലീലനോട്ടത്തിൽ അയാൾ പെരുമാറും. അയാളുടെ കണ്ണേറുന്ന ഓരോ തവണയും തന്റെ ശരീരം പൊള്ളിപ്പോകുന്നതായി അവൾക്കനുഭവപ്പെടും. ഒരിക്കൽ അയാൾ അവളുടെ കൈയിൽ മനഃപൂർവം തൊടുകയും ചെയ്തു. അതുകൂടിയായപ്പോൾ അവൾ ഒരധ്യാപികയോട് വിവരം പറഞ്ഞു. സങ്കടം സഹിക്കാൻ കഴിയാതെയാണ് പറഞ്ഞത്. എന്നാൽ, ഏറ്റവും സാധാരണമട്ടിലാണ് അവരുടെ മറുപടി വീണത്:

"മോളെ, അയാൾ ഇങ്ങനെയാ. എത്ര കംപ്ലയിന്റുകൾ അയാൾക്കെതിരെ വന്നെന്നോ! ഒടുവിൽ രാഷ്ട്രീയത്തിൽ മുങ്ങി അയാൾ തിരിച്ച് ഇവിടെ തന്നെ എത്തും. മോളത് വിട്ടേക്ക്."

പ്രതികരിച്ചുശീലിക്കാൻ പഠിപ്പിച്ച അച്ഛൻ മരിച്ചതിൽ പിന്നെ, പെണ്ണുങ്ങൾ കയർത്തുസംസാരിക്കരുതെന്നു പഠിപ്പിച്ച അമ്മയുടെ ശിക്ഷണത്തിൽ വളർന്നതുകൊണ്ടാകാം, സന്ധ്യയുടെ നാവിൽ പൂട്ട് വീണിട്ട് കൊല്ലങ്ങളായി. ടീച്ചറിന്റെ പ്രതികരണംകൂടി കേട്ടപ്പോൾ അവൾ ശരിക്കും തകർന്നുപോയി.

ഒരു ദിവസം വൈകി ക്ലാസ്സിൽ വന്ന വാഹിതയ്ക്ക് പ്രിൻസിപ്പാളിന്റെ ശകാരം:

“തോന്നുമ്പോ കയറിവരാനുള്ള സ്ഥലോ നെനക്ക് കോളേജ്?”

“ഹോസ്പിറ്റലിൽ പോയിട്ട് വന്നതുകൊണ്ടാ സർ താമസിച്ചത്. യൂറിനറി ഇൻഫെക്ഷൻ ആണ്.”

വാഹിത ബാഗിന്റെ നാടയിൽ പിടിച്ച് വിരലുകൾ മുറുക്കിഅഴിച്ചു കൊണ്ടുനിന്നു. അയാളുടെ മറുപടി കേട്ട് അവൾ ഉള്ളിൽ അയാളെ പ്രാകിക്കൊന്നു:

“ദുഷ്ടൻ. ഒരു പെൺകുട്ടിയോട് പറയാൻ കൊള്ളാവുന്ന സംസാര മാണോ അയാളുടെ നാവിൽ നിന്ന് വന്നത്? അയാൾക്കും ഒരു മോളുള്ളതല്ലേ...”

അയാളുടെ ആൺകോയ്മയും സംസ്കാരശൂന്യമായ ജല്പനങ്ങളും സാമ്പ്രദായികവിശ്വാസങ്ങളും വിദ്യാർത്ഥികളെയും അധ്യാപകരെയും രണ്ട് കൊല്ലമായി ശ്വാസംമുട്ടിക്കുന്നു. ഗതിമുട്ടിയപ്പോഴാണ് സന്ധ്യ അയാൾക്കൊന്നു പൊട്ടിച്ചത്. ക്ലാസ്സിലെ ഒരു ആൺകുട്ടിയുടെ ഫോണിൽ ആ രംഗം പതിഞ്ഞു. മിനിറ്റുകൾക്കുള്ളിൽ വിദ്യാർഥിനിയുടെ അഹങ്കാരത്തിന്റെ ഓരോരോ കഥകൾ മാധ്യമങ്ങൾ ചർച്ച ചെയ്യാൻ തുടങ്ങി. പെൺകുട്ടിയ്ക്കുള്ള ശിക്ഷാനടപടികൾ കോടതി അന്തിമ പരിശോധനയ്ക്ക് വിട്ടയച്ചു. പ്രിൻസിപ്പാളിന്റെ കൊള്ളരുതായ്മകളുടെ ഭണ്ഡാരങ്ങൾ ബന്ധിക്കപ്പെട്ടു. നല്ലനടപ്പുകാരനായ, വിദ്യാർത്ഥികളെ സ്നേഹിക്കാൻ മാത്രമറിയുന്ന, നല്ല വാക്കുകൾ മൊഴിയുന്ന പ്രിൻസിപ്പാളിനെ ഒരു തലതിരിഞ്ഞ വിദ്യാർത്ഥിനി തല്ലി. അദ്ധ്യാപകസംഘടനകൾ പലവർണ്ണക്കൊടികളുമായി അണിനിരന്നു. കോളേജ് വരാന്തയിലും നഗരപ്രാന്തത്തിലും ഗാന്ധിയുടെ മുഖം പറന്നുകളിച്ചു. പിന്തുണപ്രഖ്യാപിക്കാൻ ജീവനിൽ കൊതിയുള്ള വിദ്യാർത്ഥികളെല്ലാം പ്രിൻസിപ്പാളിനുചുറ്റും കൂടി. അങ്ങനെ ഒരു സന്ധ്യകൂടി അതിവിദഗ്ധമായി ആകാശത്തിന്റെ അടപ്പുതുറന്ന് അപ്രത്യക്ഷമാക്കപ്പെട്ടു.

സദാചാരക്കോഴികൾ

"സാറുമ്മാർക്കെന്നെ പരിചയൊണ്ടാ?"

അച്ഛനൊപ്പം ബീച്ചിൽ വന്ന സഹാറ കോളേജ് വിശേഷങ്ങൾ പറഞ്ഞ്, അച്ഛൻ ജോലി ചെയ്യുന്ന ഇൻവെസ്റ്റിഗറ്റീവ് ജേർണലിസത്തിന്റെ ഞെട്ടിക്കുന്ന വാർത്തകൾ കേട്ട് ത്രില്ലടിച്ചു നിൽക്കുമ്പോഴാണ് അവരെ കണ്ടത്. പോലീസ് ട്രെയിനിങ് ക്യാമ്പിലുള്ള രണ്ട് യുവാക്കൾ. അവരുടെ വല്ലാത്ത തുറിച്ചുനോട്ടം കണ്ടപ്പോൾ സഹാറയുടെ അഭിമാനച്ചിറ പൊട്ടിയൊലിച്ചു.

"അച്ഛാ... ദോ അങ്ങോട്ട് നോക്ക്, അവരെന്നെത്തന്നെ നോക്ക്ന്ന്."

സഹാറയുടെ അച്ഛൻ അവരെ സൂക്ഷിച്ചുനോക്കി.

"മോളെ, ഇതാണ് അച്ഛൻ നേരത്തെ പറഞ്ഞ കഥയിലെ പ്രതീപ്."

"സദാചാരപ്രദീപോ?"

അയാൾ തലയാട്ടി. സഹാറയുടെ മുഖം അറപ്പ്കൊണ്ട് മൂടി.

അവൾ അവർക്ക് നേരെ നോക്കി മുഴുവൻ നീരസത്തെയും പുറത്തേയ്ക്ക് തള്ളി. സഹാറയും പിന്നിലായി അച്ഛനും അവരുടെ അടുത്തേയ്ക്ക് ചെന്നു.

തുറിച്ചുനോട്ടം തുടർന്നുകൊണ്ട് അവരിലൊരാൾ അധികാരഭാവത്തിൽ ചൊറിഞ്ഞു:

"പരിചയം തോന്നാൻ കാണാൻ പാടില്ലാത്ത സാഹചര്യത്തിൽ നിങ്ങൾക്ക് ഞങ്ങളുടെ മുന്നിൽ നിൽക്കേണ്ടിവന്നിട്ടുണ്ടോ?"

അതിലൊരാൾ സദാചാരം ഛർദ്ദിക്കുന്നത് അവൾ ഈർഷ്യയോടെ നോക്കി. വിനോദസഞ്ചാരയിടങ്ങൾ സദാചാരപ്പൊലീസിന്റെ ദൃഷ്ടികോണിൽ തുണിയുരിഞ്ഞുനാണം കെട്ടുകിടക്കുന്നതിൽ സർക്കാരിന്റെ

പഴയവീഞ്ഞ് പുതിയ കുപ്പികളിൽ നിറയ്ക്കുന്ന സമ്പ്രദായങ്ങൾ തന്നെയാണ് കാരണമെന്ന് അവൾ ഓർത്തു. ഒരാണിനെയും പെണ്ണിനെയും പാർക്കുകളിൽ, ബീച്ചുകളിൽ, പൊതുയിടങ്ങളിൽ കണ്ടാൽ സദാചാരം പൊങ്ങുന്ന യാഥാസ്ഥിതിക കൊമരന്മാരെക്കൊണ്ടുനിറയുന്ന സ്വന്തം നാടിനെയോർത്തപ്പോൾ സഹാറ താൻ പഠിക്കുന്ന രാജ്യത്തിൽ അഭിമാനംകൊണ്ടു.

സദാചാര കണ്ടൽക്കാടുകളുടെ ഉലച്ചിൽ മനസ്സിൽ കണ്ടുകൊണ്ട് സഹാറ അയാളുടെ സ്വാതന്ത്ര്യലംഘനത്തിന്റെ ആവേശ ആർപ്പുവിളി അവരുടെ കണ്ണുകളിൽ കൃത്യമായും കണ്ടു. തെമ്മാടി ചോദ്യത്തിന് സഹാറയുടെ മറുപടി:

"കാണാൻ പാടില്ലാത്ത സാഹചര്യം എന്താണെന്ന് എനിക്ക് മനസ്സിലായില്ല. എങ്കിലും ഒരു സംശയം, വിവാഹിതയായ ഒരു സ്ത്രീയുടെ ഫോൺ നമ്പർ ഒപ്പിച്ച് രാത്രികളിൽ വിളിച്ചുശല്യം ചെയ്ത്, ഒടുവിൽ കഞ്ചാവ് കേസിൽ വാനപ്രസ്ഥം റിസോർട്ടിൽ വച്ച് രണ്ടുപേരെയും പിടിക്കപ്പെട്ട വൺ മിസ്റ്റർ പ്രതീപിന്റെ കഥയിൽ, കാണാൻ പാടില്ലാത്ത സാഹചര്യമെന്നൊക്കെ നാട്ടുകാർ ആരോപിക്കുന്നുണ്ട്. അത് സാറ് പറഞ്ഞ കാണാൻ പാടില്ലാത്ത സാഹചര്യത്തിൽ പെടുമോ എന്തോ?"

അയാളുടെ നെയിം പ്ലേറ്റിൽ നോട്ടംതെന്നിച്ചുകൊണ്ട് സഹാറ തുടർന്നു:

"എന്തുതോന്നുന്നു പ്രദീപ് സാറേ? എങ്കിലും സത്യത്തിൽ എനിക്കാ കിംവദന്തിയോട് യോജിപ്പില്ല, കേട്ടോ."

അയാളുടെ മുഖം ഭയംകൊണ്ട് മൂടി. സഹാറയെ മാത്രം ചൂഴ്ന്നുനോക്കിക്കൊണ്ടിരുന്ന അയാളുടെ കണ്ണുകൾ സംശയത്തോടെ അവളുടെ അച്ഛനിലേയ്ക്ക് നോട്ടം മാറ്റി. അന്നേരം അയാളുടെ ശരീരം വിറയലനുഭവപ്പെടുന്നുണ്ടായിരുന്നു. തലയിൽ നിന്നും കാക്കിത്തൊപ്പി എടുത്തുമാറ്റി അയാൾ ക്ഷമാപണം നടത്തി.

"സോറി സാർ... ഞാൻ ആള് മനസ്സിലാകാതെ..."

"ഛ്ഛാ...ആശാന് അടുപ്പില്ലം...."

സഹാറയുടെ അച്ഛൻ രണ്ടുപേരെയും രോഷത്തോടെ മാറിമാറിനോക്കി.

"നിന്നെപ്പോലെ നാണം കേട്ട പോലീസുകാരാടാ മുഴുവൻ പോലീസുകാർക്കും നാണക്കേട്. നീയൊക്കെ ഇപ്പൊ കേറിയതല്ലേയുള്ളൂ. അതിനുമുമ്പേ സാധാരണക്കാരുടെ നെഞ്ചത്ത് കേറാമെന്നായൊ? ആദ്യം സ്വയം നന്നാവടാ. എന്നിട്ടുമതി നിന്റെയൊക്കെ സദാചാരപ്പൊലീസുകളി."

"സോറി സാർ...ഞാൻ അറിയാതെ..."

“അറിഞ്ഞിരുന്നെങ്കിലെന്താ? ഒരേ നിയമം രണ്ടു പേർക്ക് രണ്ടാകുമോ? അതൊക്കെതന്നെയാണല്ലോ നമ്മുടെ നാട്ടിൽ നടക്കുന്നത്! നീയൊക്കെ ടൂറിസ്റ്റുകളെ ദഹിപ്പിക്കുമല്ലോ ഡേയ്? ഒരു പെങ്കൊച്ചിനോട് എന്തസഭ്യവും പറയാമെന്നാണോ നിനക്കൊക്കെ? നിന്റെയൊരു കാണാൻ പാടില്ലാത്ത സാഹചര്യം! ഞാൻ ഈ കൊച്ചിന്റെ തന്തയാടാ. ഒരാണിനെയും പെണ്ണിനെയും കണ്ടാൽ കുരുപൊട്ടുന്നത് ചികിൽസിച്ചുതന്നെ മാറ്റണം. നിന്റെ മറ്റേ കേസ് തീർന്നിട്ടുപോലുമില്ല. അതോർത്തോ. എന്തായാലും നീയൊക്കെ ഇനി തുടരണോ വേണ്ടയോ എന്ന് ഞാൻ തീരുമാനിക്കും.”

“സാർ പ്ലീസ് സർ...പ്ലീസ്...”

“നീയൊക്കെ ലോകം കാണണമെടാ.”

സഹാറയെ തോളോടുചേർത്തുപിടിച്ച് കരുതലോടെ അച്ഛൻ പറഞ്ഞു:

“എഡോ നിന്നെപ്പോലെയുള്ളവരാണ് പുതിയ തലമുറയെ ഈ നാട്ടിൽ നിന്നും ആട്ടിയോടിക്കുന്നത്. അഭിമാനം തന്നെയാടാ ഏതൊരാൾക്കും വിലപ്പെട്ടത്. വ്യക്തമായ കാരണമില്ലാതെ അതിലൊന്നും സ്പർശിക്കാൻ പോലുമുള്ള അധികം ആർക്കുമില്ല. Really ashamed. Ashamed of you.”

സഹാറ അച്ഛന്റെ ഒപ്പംനടന്നു. സൂര്യൻ കടലിലേയ്ക്ക് ചാടാൻ വെമ്പി. സദാചാരക്കോഴികൾ കൂട്ടിലേയ്ക്ക് കുവിക്കുവിനടന്നു.